राजांच्या कथा

आदर्शवत् भारतीय राजांच्या प्रेरक कथा

प्रा. सु. ह. जोशी

डायमंड पब्लिकेशन्स, पुणे

राजांच्या कथा
प्रा. सु. ह. जोशी
'ॐकार', ३२ लक्ष्मी पार्क,
नवी पेठ, पुणे – ४११०३०
Rajanchya Katha
S. H. Joshi

पहिली आवृत्ती : १५ मे २००९
पुनर्मुद्रण : २०२४

ISBN : 978-81-8483-145-0

© डायमंड पब्लिकेशन्स, पुणे

मुखपृष्ठ : शाम भालेकर

डायमंड पब्लिकेशन्स
२६४/३ शनिवार पेठ, अनुग्रह अपार्टमेंट
ओंकारेश्वर मंदिराजवळ, पुणे–४११ ०३०
☎ ८६०००१०४१६

info@dpbooks.in
www.dpbooks.in

प्रकाशकीय

सध्याच्या लोकशाहीच्या काळात राजेशाही कशाला, असा एखाद्याला प्रश्न पडू शकतो; पण इथे राजा ह्याचा अर्थ राष्ट्रप्रमुख, राष्ट्रनेता असा केलेला आहे नि त्यांच्या अमोल अशा सद्गुणसंपत्तीवरच भर दिलेला आहे. लोकशाही असो वा राजेशाही... जनतेचे सौख्य हे सर्वात प्रधान तत्त्व आहे.

प्रभू श्री रामचंद्र म्हणतात, ''स्नेहं दयां च सौख्यं च....'' म्हणजेच लोकांच्या सुख-संतोष-समाधानासाठी मी माझ्या सौख्याचा एवढेच काय सीतेचाही त्याग करण्यास सिद्ध आहे'', असे फार मोठे आदर्श राष्ट्रनेत्यांनी उभे केलेले आहेत.

जगातील प्रख्यात राज्यशास्त्रज्ञ चाणक्य तथा कौटिल्य म्हणतात,

'प्रजासुखे सुखं राज्ञ: प्रजानां च हिते हितम्।
नात्मप्रियं हितं राज्ञ: प्रजानां तु प्रियं हितम्।।

म्हणजेच प्रजेच्या सुखात राजाचे सुख असते आणि प्रजेच्या हितात राजाचे हित असते. स्वत:चा स्वार्थ साधण्यात राजाचे हित नसते तर प्रजेला संतुष्ट ठेवण्यात ते असते. महाभारतातही आदर्श राज्य, आदर्श राजा यासंबंधीचे विवेचन आहेच.

तर भारतीय राजांमध्ये असे उत्तुंग आदर्शांचे अनेक राजे होऊन गेले. त्यांच्या गुणसंपत्तीमुळे ते महान झाले. जनतेला तर त्यांनी सौख्य दिलेच; पण आपला देश, आपला समाज यांना जगात उच्च स्थानी पोहोचविले. ''चिरंजीव त्यांचे जगी नाम राहो।'' असे म्हणावयास हरकत नाही. या नृपतींचा आदर्श, कोणत्याही प्रकारची राज्यपद्धती असो, त्या त्या राष्ट्रप्रमुखांनी तो अवश्य अभ्यासावा, आचरावा मग तो देश निश्चित प्रगतिपथावर जाईल.

आत्ताच्या नवीन पिढीतील हुशार युवक हे उद्याच्या प्रशासनसेवेत असतील, राज्यकर्तेही असतील. त्यांच्यावर लहानपणीच हे उत्तम संस्कार झाले तर उद्याचे ते यशस्वी राज्यकर्ते, प्रशासक निश्चितच असतील. मातु:श्री जिजाऊसाहेबांनी सांगितलेल्या आदर्श कथांचा बाल शिवबाच्या मनावर विलक्षण परिणाम झाला नि बाल शिवबाचे छत्रपती शिवाजीमहाराज झाले. माता भुवनेश्वरीदेवींनी सांगितलेल्या कथांचा बाल नरेंद्रवर विलक्षण परिणाम झाला नि नरेंद्र हे स्वामी विवेकानंद झाले. आपल्याही घरात अशी नर-नारीरत्ने जन्माला येऊ देत, भारताला मोठं करू देत. यासाठीच या पुस्तकाचा प्रपंच !

अनुक्रम

कालिदासाचा राजा

हिंदू राज्यकल्पनेत राज्य 'सात' भागांमध्ये विभाजित केले जात असे. अर्वाचीन विचारवंतांप्रमाणेच त्याला 'अंग' असे म्हणतात. अमरकोशामध्ये ही सात अंगे सांगितलेली आहेत.

स्वाम्यमात्यसुहृत्कोशदुर्गराष्ट्रबलानि च।

(राजा, मंत्री, मित्रराष्ट्र, खजिना (कोष), दुर्ग, भूमी व सैन्य) या सप्तांगांमध्ये क्रम लावायचा म्हटल्यास राजाचे स्थान 'सर्वप्रथम' होते. कालिदासाने राजाला 'असामान्य व्यक्ती' मानलेले आहे. राजा म्हणजे सृष्टीचे सार, सर्व प्रकाशाचे प्रतीक, त्याच्याद्वारेच राजनीती प्रकट नि प्रगत होते. ईश्वरीय अधिकाराने राजाला राज्याधिकार प्राप्त झाला, असे कालिदास मानतो.

राजाला कालिदासांनी चोवीस शब्दांनी संबोधित केलेले आहे. भगवान, प्रभू, ईश्वर, देव, नरेंद्रसंभव, राजेंदू, भूमिपती, वसुधाधिप, अर्थपती, विशांपती, पुरुषाधिराज, पार्थिव, नृप, गोप, नृसोम, सचिवसखा, अगाधसत्त्व, भट्टारक, पृथिवीपाल, दंडधर, अधिपती इत्यादी. राजाच्या ईश्वरीय रूपाचे दर्शन अत्यंत शुभ मानले जात होते.

राजाच्या अंगी उपयुक्त गुण पाहिजेतच. शुक्रनीतीसुद्धा राजाच्या जन्मापेक्षा गुणांवर अधिक जोर देते.

शुक्रनीतीत म्हटले आहे, की आपल्या गुणांमुळेच राजा आदरणीय ठरतो. त्याचा सन्मान हा केवळ तो राजकुलात जन्माला आला म्हणून नाही, तर पराक्रम, बल आणि शौर्य यांमुळे होत असतो. (१.३६३-३६४)

केवळ जन्माच्या आधारावर मोठेपणाचा अधिकार सांगणारे अग्निपर्णासारखे काही राजे होते. परंतु कालिदासाने शासकाच्या अंगी असलेल्या गुणांचा पुरस्कार केलेला आहे. समुद्रगुप्ताच्या वडिलांनीही व्यक्तिगत योग्यतेवरच जोर दिलेला आहे. या बाबतीत कालिदास आणि गुप्तसम्राट यांचे साम्य आहे.

पहिली गोष्ट म्हणजे राजा अत्यंत सुदृढ पाहिजे. सुदृढ आणि स्वस्थ शरीराकडूनच संरक्षणाचे उद्दिष्ट पार पडू शकते. आणि रक्षण हा तर राजाचा प्रमुख धर्म आहे.

आत्मकर्मक्षमं देहं क्षात्रो धर्म इवाश्रितः। (रघु.१.१३)

राजाच्या ठिकाणी अदम्य साहस पाहिजे. तो स्वतःचे रक्षण करू शकला पाहिजे. त्याला धर्म, शास्त्र आणि अनेक विद्यांचे ज्ञान असले पाहिजे. त्यामुळे न्यायाचे कर्तव्य त्याला योग्य रीतीने पार पाडता येईल. तो सदाचारी आणि नितांत पापहीन असला पाहिजे. आणि त्याने कुसंगती टाळली पाहिजे. भर्तृहरीनेही आपल्या प्रसिद्ध सात शल्यांच्या श्लोकात दुष्ट लोकांचा उल्लेख केला आहे. राजाच्या परिसरात, सहवासात वावरणारे दुष्ट लोक, मला फार खटकतात असेच जणू भर्तृहरी म्हणत आहेत. रशियन क्रांतीच्या वेळी झारला कुमित्र मिळाले होते. फ्रेंच राज्यक्रांतीच्या वेळीही सोळाव्या लुईभोवती बदसल्लागार होतेच. अर्थ आणि काम यांच्या साधनांच्या बाबतीतही राजा हा सावध नि सत्यनिष्ठ पाहिजे. तसेच सदैव त्याने सत्कर्मरत राहिले पाहिजे.

कालिदासाच्या कथनानुसार, राजाच्या ठिकाणी कठोर आणि कमनीय म्हणजे सुंदर दोन्हीही गुण असले पाहिजेत. (भौमकान्तैः गुणैः) त्यामुळेच तो अतिरेकाच्या दोषापासून वाचतो आणि प्रजाप्रिय होतो. राजाच्या आवश्यक गुणांच्या बाबतीत कालिदास लोकप्रियता आणि कमनीय गुण यावर जोर देतो. राजांच्या ठिकाणी शिकार, द्यूत, मद्यपान हे परंपरागत दोष असता कामा नयेत.

राज्याच्या सर्व महत्त्वाच्या कामांकडे त्याने लक्ष पुरविले पाहिजे. त्याने

रघुराजाच्या बाबतीत असे म्हटले आहे, की तो 'खरा' प्रजेचा पिता होता. व अन्य पिते हे जन्मदाते म्हणून केवळ त्यांना पिता म्हणावयाचे.

स पिता पितरस्तेषां केवलं जन्महेतवः। रघुवंश।

मंदसौरच्या लेखातही बन्धुवर्म्याला 'प्रजाबन्धु' असे म्हटलेले आहे. कालिदासाच्या शब्दांत आदर्श राजाचा हा एक महत्त्वाचा गुण आहे. गुप्तवंशीय राजे या आदर्शाच्या बरेचसे जवळपास पोहोचले होते.

प्रसिद्ध संस्कृत पंडित प्रा. ए. बी. कीथ यांच्या अनुसार कालिदासाने दिलीपाच्या रूपाने एका कर्तव्यनिष्ठ प्रजापालकाचे वर्णन केलेले आहे. कालिदासाचा रघुराजा हा सद्गुणांचा प्रतीक आहे. त्याच्यात भोग आणि त्याग यांचा उत्कृष्ट समन्वय आहे. अजराजाने आपली पत्नी इंदुमती हिच्या मृत्यूचा शोक केला, त्यामध्ये उच्च कोटीची कृपालुता आहे. हीच कृपालुता सामान्य प्रजेबरोबर व्यवहार करतानाही दिसते.

राजाच्या रूपात रामाने कठोर नैतिक पावित्र्याचे एक उदाहरण प्रस्तुत केलेले आहे. आणि आपली सारी कार्ये संदेहाच्या पलीकडे असली पाहिजेत, हे आपले कर्तव्य मानले. म्हणूनच जेथील प्रजेच्या हिताला सर्वप्रथम स्थान मिळते-राजाच्या स्वार्थापेक्षाही प्रजाहित अधिक मानले जाते; ते 'रामराज्य' होय. प्रजेचे हित आणि विश्वास यांसाठी करावे लागणारे बलिदान, त्याग राजाला फारसा मोठा वाटत नाही. रामानंतरच्या काळात इतका सुंदर राजकीय आदर्श सापडणार नाही. म्हणूनच 'आदर्श' राज्याला 'रामराज्य' म्हणतात, हे योग्यच आहे. या रामराज्यात प्रजाहिताला पहिले स्थान आहे आणि मग राजहिताला!

राज्याचे केंद्रीय स्थान म्हणजे राजा हा स्वतंत्र नसे, तर त्याच्यावर अनेक प्रकारच्या जबाबदाऱ्या टाकलेल्या असत. राजा किंवा राष्ट्र या दोन्हींचा अर्थ शासक आहे. लॅटिन शब्द रेक्स हा राजा या शब्दापासूनच आला असावा. पण राज्यशास्त्रज्ञांनी राजा शब्दाची आणखी एक व्युत्पत्ती दिलेली आहे. उत्कृष्ट शासनाच्याद्वारे प्रजेला प्रसन्न करणे हे राजाचे कर्तव्य मानले जात होते. ही व्याख्या साऱ्या संस्कृत साहित्यात प्रमाण

मानलेली आहे. (के. पी. जायस्वाल. हिंदू पॉलिटी भाग २ खंड २२ पृष्ठ ३) कालिदासाने आपल्या राजाची तीच व्याख्या केलेली आहे. (राजा प्रकृतिरंजनात्) राजा हा प्रजारंजनात प्रवीण असला पाहिजे. म्हणजेच त्याने आपल्या प्रजेचे हृदय जिंकले पाहिजे. आपल्या प्रजाजनांमध्ये कोणाकोणाला आपल्या अधिकाऱ्यांचा जाच होतो हे पाहण्यासाठी राजाने राज्यात हिंडावे, असे शुक्रनीतीत सांगितलेले आहे. कालिदास, प्राचीन वाङ्मय, गुप्तांचे शिलालेख यांवरून असे स्पष्ट दिसते, की राजाला कधीही विश्रांती नाही. ''अविश्रामोऽयं लोकतंत्राधिकारः।'' (अभिज्ञानशाकुंतलम्) शाकुंतलात आणखी असे म्हटले आहे, की सूर्याने आपल्या अश्वांना रथाला जुंपले आहे, वायू रात्रंदिवस वाहतो आहे, शेषाने सदैव आपल्या मस्तकी पृथ्वीचा भार धारण केलेला आहे, त्याप्रमाणे राजाने सतत राज्यशासनाची कर्तव्ये पार पाडली पाहिजेत. राजाकडून अशीही अपेक्षा असे, की सूर्याप्रमाणे तो प्रजेला स्फूर्ती देवो, संपत्ती वाढवो, वायूप्रमाणे शक्तिमान असो आणि शेषाप्रमाणे राज्यशासनाचा भार वाहण्यास सुदृढ असो. लोकहिताची इतकी कार्ये झाल्यानंतर त्याला उत्पन्नाच्या एकषष्टांश कर घेण्याचा अधिकार होता.

राजपदप्राप्ती म्हणजे अथक परिश्रम व चिंता! राजाने स्वतःच्या पोषाखाच्या बाबतीत उदासीनच राहिले पाहिजे व प्रजेसाठी अधिकाधिक कष्ट केले पाहिजेत.

प्रजेचे रक्षण करणे हाही त्याचा 'प्रधान' धर्म आहे. म्हणून त्याला 'गोप्ता' म्हणतात. ज्याप्रमाणे वडील आपल्या मुलांचे रक्षण करतात, त्याप्रमाणेच राजाने प्रजेचे रक्षण करावे - प्रजाः प्रजानाथ पितेव पासि। (रघुवंश) त्यामुळे आपल्या राज्यात कोणीही अपराधी नाही, ह्याचे राजाला फार मोठे समाधान मिळत असे. अशा राज्यात प्रजा सर्वांगीण प्रगती करणारच.

गुप्तांच्या शिलालेखातही राजाचे मुख्य लक्षण प्रजारंजन हेच दिलेले आहे.

अर्थात, राजाकडून कठोर कर्तव्यपालनाची अपेक्षा असे. राजाचे सहचर, वैतालिक म्हणजे भाट राजाला दिवसाचे प्रहर आणि विशेषत: राजाचे दैनिक कार्यक्रम यांची सूचना देत असत. या बाबतीत कालिदासाने कौटिल्यांचे अनुकरण केलेले आहे. कौटिल्य म्हणतात, "राजाने दिवसाचे आठ भाग करावे, पहिल्या प्रहरात प्रहरी नामक सेवकांची चौक्यांवर नियुक्ती व हिशेबाचे निरीक्षण, दुसऱ्या प्रहरात नागरिकांच्या तक्रारी, अडचणी व त्यांची कामे इकडे लक्ष पुरविणे, तिसऱ्या प्रहरी स्नान, भोजन आणि अध्ययन, चवथ्यामध्ये राज्याधिकाऱ्यांना भेटणे, पाचव्यामध्ये मंत्रिमंडळाबरोबर विचारविनिमय आणि गुप्तहेरांनी आणलेल्या वार्ता ऐकणे. सहाव्यात मनोरंजन आणि आत्मचिंतन, सातव्यात हत्ती, अश्व, रथ, या सेनाविभागांचे निरीक्षण, आणि आठव्यात सेनापतीबरोबर विविध योजना आखणे, यानंतर तो संध्यावंदन करीत असे.

'राजा' संबंधी संस्कृत साहित्यात जे जे आलेले आहे, त्याचा थोडक्यात सारांश असा–

राजाचे सैन्य नेहमी युद्धासाठी सज्ज असावे. राजा बलवान असला पाहिजे. राजाने विविध युद्धपद्धतींचा अभ्यास करावा. राजाला शस्त्रास्त्रांची चांगली माहिती हवी. स्वत: त्याला ती चालवता आली पाहिजेत.

प्रजेचे सरंक्षण करणे हे त्याचे पहिले कर्तव्य आहे. परचक्रापासून संरक्षण आणि राज्यातल्या चोर, डाकू, दुष्ट यांच्यापासून संरक्षण केले पाहिजे. त्यासाठी संग्राम करावा लागला तरी चालेल. त्या-त्या अपराधाप्रमाणे त्याने शासन म्हणजे शिक्षा केलीच पाहिजे. प्रजेचे संरक्षण करताना मृत्यूला सामोरे जावे लागले, तरी राजाने ते 'भूषण' मानावे.

राजाने दीन, दुबळे, आंधळे, मुके, लुळे, पांगळे, अनाथ, वृद्ध, विधवा, रोगग्रस्त, संकटग्रस्त अशा सर्व लोकांना अन्न, वस्त्र, औषधे, आसरा इत्यादी देऊन त्यांना आधार दिला पाहिजे.

राजाने शेतीसाठी तळी, कालवे इत्यादींची सोय केली पाहिजे. बी पुरवणे, उंदीर, हत्ती आदि शेतीच्या नाशकांचा बदोबस्त करणे, गुरांच्या

चाऱ्यासाठी कुरणे निर्माण करणे, प्रजेची आर्थिक आणि सांस्कृतिक उन्नती घडविणे, विधवांना आश्रय देणे हे केलेच पाहिजे. शिक्षणसंस्था नीट चालल्या पाहिजे.

राजाने व्यापार वाढवला पाहिजे. प्रामाणिकपणा, वजने-मापे, लाचलुचपत यांच्याकडे लक्ष दिले पाहिजे. शत्रूशी कठोर वागावे. त्यांचा संहार करावा मात्र स्वजनांसाठी केवढाही मोठा त्याग असला, तरी तो करावा.

हे सारे विचार महाभारत आणि प्राचीन भारतीय राजनीतिग्रंथात आलेले आहेत.

**

शिबी राजा

अत्यंत उदार, शरणागतांचे रक्षण करणारा, त्यागी अशी शिबी राजाची कीर्ती सर्वदूर पसरलेली होती. तेव्हा शिबी राजाची या गुणांच्या बाबत परीक्षा घेण्यासाठी इंद्राने कपोत म्हणजे कबुतर पक्ष्याचे रूप घेतले नि अग्नीने घेतले श्येन म्हणजे बहिरी ससाण्याचे रूप! झाले, बहिरी ससाणा कबुतराच्या मागे लागला.

इकडे कांतिनगरीत शिबीचे नव्याण्णव यज्ञ सुखरूप पार पडले होते नि आता शंभरावा यज्ञ चालू होता. शिबी राजा आहुती देत होता. तेवढ्यात ते कबुतर आले नि म्हणाले, "राजन्, माझ्यामागे हा भयंकर ससाणा लागलेला आहे तर माझे संरक्षण कर. तू पुण्यवान, न्यायी नि शरणागतांचे रक्षण करणारा आहेस. मला वाचव." राजाने त्याला म्हटले, "तुला अभय आहे. तुला मी आश्रय दिलेला आहे."

एवढ्यात बहिरी ससाणा आलाच, नि ओरडला, "राजन्, माझे भक्ष्य मला दे. राजन्, मी अतिशय उपाशी आहे. मला अतिशय भूक लागलेली आहे. मला माझे भक्ष्य दिले नाहीस तर तुला यज्ञाचे पुण्य लागणार नाही. तू माझे भक्ष्य दिले नाहीस तर मी तुझ्यासमोर प्राण देईन."

हे ऐकून कबुतर म्हणाले, "राजा, तू जर मला ससाण्याच्या स्वाधीन केलेस तर 'शरणागतांचा रक्षणकर्ता' ह्या तुझ्या ब्रीदाला धक्का लागेल. माझ्या कुटुंबाचा नाश केल्याचे पाप तुला लागेल. तेव्हा तू मला ह्या ससाण्याच्या मुळीच स्वाधीन करू नकोस."

इकडे आड, इकडे विहीर. राजा शिबी धर्मसंकटात पडला. प्रधानाचे म्हणणे राजाला पटले, कबुतराचे रक्षण करावे नि ससाण्याला हाकलून द्यावे.

इकडे ससाणा बेशुद्ध पडला. तेव्हा त्याच्यावर पाणी शिंपडून त्याला शुद्धीवर आणले, नि राजा त्याला म्हणाला,

"हे ससाण्या, तू चिंता करू नकोस. तुला मी कबुतराच्या भारंभार मांस देईन."

ससाणा हटून बसला, मला नरमांसच पाहिजे.

उदाचरित शिबी राजा म्हणाला,

"ठीक आहे, मी माझेच मांस देतो!"

लगेच एका पारड्यात कबुतराला बसविण्यात आले नि दुसऱ्या पारड्यात शिबी स्वत:चे मांस टाकू लागला. पण एक चमत्कारच झाला. ते कबुतर अधिकाधिक जड होऊ लागले. राजाच्या शरीरातले सर्व मांस संपले. केवळ हाडे, प्राण नि मस्तक एवढेच शिल्लक राहिले.

राजाच्या सहनशीलतेची आणि औदार्याची परमावधी झाली, कमाल कमाल झाली. नारदांना राजाची दया आली नि त्यांनी भगवान श्री विष्णूंचा धावा केला. "प्रभो, शिबीने सत्त्वरक्षणासाठी स्वत:चे मांस काढून दिले. आता आपल्या भक्ताची आणखी कसोटी पाहू नका. एकवार शिबीकडे कृपादृष्टीने पाहा."

भगवान नारायण यज्ञमंडपात प्रकट झाले. त्यांनी शिबीला आलिंगन दिले. शिबीचे शरीर पूर्वीपेक्षाही दिव्य झाले. इंद्र आणि अग्नी यांनी आपापली रूपे प्रकट केली. इंद्रदेव म्हणाले, "हे राजन्, मी इंद्र आणि हा अग्नी! तुझे सत्त्व, तुझी ध्येयनिष्ठा, तत्त्वनिष्ठा, बळ, खरेपणा यांची परीक्षा घेण्यासाठी आम्ही आलो होतो. तू पूर्णपणे उत्तीर्ण झालेला आहेस. आम्हाला अतिशय आनंद होत आहे. तुझा विजय असो...." (पू. श्री कलावतीदेवींनी सांगितलेली गोष्ट).

**

शालिवाहन

अतिशय सुदूर भूतकाळात खूप काही काळाच्या उदरात दडलेले आहे. त्यामुळे संगती लावणे कठीण जाते. परकीय आक्रमणे, अनास्था यामुळे काही महत्त्वाची माहिती लुप्त झाली, त्यामुळे जे काही उपलब्ध आहे, त्याची संगती लावण्याचा प्रयत्न करू.

सध्या शालिवाहन शक १९३० अथवा युगाब्द ५१११ चालू आहे. ज्याच्या नावाने भारतात एक संवत वा शक वा सन चालू आहे, तो शालिवाहन (सातवाहन) म्हणजे त्याचा वंश खूपच मोठा असला पाहिजे. 'सातवाहन' नाव असलेली दोन नाणी सापडली आहेत. तर सातवाहन वंशातला गौतमीपुत्र सातकर्णी म्हणजे ज्याचे वर्णन करताना कवींना स्फूर्ती यावी, इतिहासकारांना अभिमान वाटावा नि या भूमीला कृतज्ञतेने ज्याचे स्मरण राहावे, असा सम्राट होता.

शकपल्हव यांनी केवळ भारतावरच नव्हे तर पाश्चात्य जगतावरही आक्रमण केले होते. देशच्या देश बेचिराख केले होते. भारतावर कोसळलेली ही शक टोळधाड इतकी भयंकर होती, की सातवाहनांचे बलशाली साम्राज्यही मुळापासून हादरले. पण गौतमीपुत्राचा उदय झाला नि त्याने शकांचा नि:पात करून टाकला. (प्रा. डॉ. पु. ग. सहस्त्रबुद्धे, महाराष्ट्र संस्कृती.)

नाशिक येथे या महापुरुषाच्या मातेने आपल्या प्रिय पुत्राची प्रशस्ती, मोठा शिलालेख कोरून चिरंतन करून ठेवली आहे. आपण नाशिकला गेलात तर ती पाहावयास विसरू नये.

रानटी क्रूर शकांना उत्तरेत भराभर विजय मिळत गेले. पण दक्षिणेत गौतमीपुत्र श्री सातकर्णी, वासिष्ठीपुत्र पुलुमावी, यज्ञश्री सातकर्णी अशा

प्रतापी सातवाहन सम्राटांनी दक्षिणेतून शकांचे निर्मूलन केले. सामान्यत: इ.स. ३५ ते ९० या काळात महाराष्ट्र शकसत्तेखाली होता. गौतमीपुत्र इ.स. ७२ मध्ये प्रतिष्ठानच्या (पैठण) गादीवर आला. प्रथम त्याने पुणे प्रांत, मावळ हे भाग मुक्त करून मग उत्तरेत स्वारी करून नहपान नि उषवदात

यांना कंठस्नान घातले. शक पल्हव-यवनांचा उच्छेद झाला. तदनंतर माळवा, नर्मदातीर परिसर, विदर्भ, कोकण, उत्तर महाराष्ट्र हे मुक्त केले. नि मग पश्चिम राजस्थान, सौराष्ट्र, महेन्द्र, मलय, आंध्र, कलिंग हेही जिंकले. त्याच्या पाठोपाठ वासिष्ठीपुत्र स्वामी पुलुमावी गादीवर आला. त्याच्या तमिळनाडू- आंध्र किनाऱ्यावर सापडलेल्या नाण्यांवर जहाजाचे चित्र आहे. यावरून त्याची सत्ता समुद्रावर नि समुद्रापलीकडेही होती. यज्ञश्री सातकर्णी हा शेवटचा सम्राट. त्याने रुद्रदामन याला पराभूत करून शकांची उरली-सुरली

सत्ताही नष्ट केली, असे दिसते.

सातवाहनांनी सुमारे सव्वाचारशे वर्षे राज्य केले. आपण कार्ले, भाजे, भेडसे, नाशिक, कान्हेरी आदी लेणी पाहावीतच. तसेच जुन्नर ते मुरबाड यांना जोडणारा नाणेघाट पाहावा... हाल सातवाहन राजाचा 'गाथासत्तसई' हा तर फारच महत्त्वपूर्ण ग्रंथ होय. त्याचे अंशत: मराठी रूपांतर प्रा. रा. शं. नगरकर यांनी केलेले आहे. सातवाहन राजांचे रम्य, अद्भुत चरित्र वाचावे. दक्षिणेत पहिली साम्राज्यसत्ता त्यांनी स्थापन केली. यज्ञश्रीने अश्वमेघ यज्ञ केला. थोडक्यात धर्माचे पुनरुत्थान, विद्या-कलांचे संवर्धन, कृषी, व्यापार, धनसमृद्धी या योगे दक्षिणेच्या, महाराष्ट्राच्या सांस्कृतिक जीवनाचा पाया घातला. 'मराठा' हा शब्द त्यांच्याच काळात उदयाला आला. (मूळ महारठी) पहिली चलनपद्धती त्यांचीच! आजही नाणेघाटात सातवाहन राजांचे पुतळे पाहावयास मिळतील. गौतमी, वसिष्ठी, नागनिका अशा महान स्त्रिया त्यांच्या काळात होऊन गेल्या. (डॉ. मु. ग. पानसे, डॉ. वा. वि. मिराशी, डॉ. पंढरीनाथ रानडे.) त्यांना वंदन असो.

आजही सातवाहन किंवा शालिवाहन यांच्या विजयाप्रीत्यर्थ प्रत्येक वर्षप्रतिपदेला म्हणजे पाडव्याला आपण विजयाची गुढी उभारतो. १९३० वर्षे झाली, आजही आपण त्यांचे स्मरण ठेवतो, यालाच म्हणतात, ''मरावे परी कीर्तिरूपे उरावे.''

**

गौतमीपुत्र सातकर्णी

थोर विचारवंत प्रा. डॉ. पु. ग. सहस्त्रबुद्धे म्हणतात, 'ज्याचे वर्णन करताना कवींना स्फूर्ती यावी, इतिहासकारांना अभिमान वाटावा नि या भूमीला कृतज्ञतेने ज्याचे स्मरण राहावे, असा सम्राट म्हणजे गौतमीपुत्र सातकर्णी होय. सातवाहन कुळातील हा 'सर्वश्रेष्ठ' सम्राट होय. यावनी आक्रमणापासून महाराष्ट्राला मुक्त करणाऱ्या शिवछत्रपतींचे नाव जितक्या आदराने नि भक्ति-भावाने आपण घेतो, तितक्या आदराने आणि भक्तिभावाने ज्याचे नाव घ्यावे, असा महाराज, राजाधिराज गौतमीपुत्र श्री सातकर्णी हा राजा होऊन गेला. शकपल्हव यांनी केवळ भारतावरच नव्हे तर पश्चिम जगतावरही मोठे भयंकर आक्रमण केलेले होते. देशच्या देश खलास करून टाकलेले होते. सातवाहन साम्राज्यावरही इ.स.च्या पहिल्या शतकाच्या उत्तरार्धात शकांची टोळधाड कोसळली. त्यांचा हा हल्ला इतका भयंकर होता, की काही काळ सातवाहनांचे सामर्थ्यसंपन्न साम्राज्यही मुळापासून हादरले. पण; पण गौतमीपुत्राचा उदय झाला नि त्याने शकांचा विनाशच घडवून आणला. नाशिक येथे या महापुरुषाची माता गौतमी बलश्री हिने आपल्या प्रिय पुत्राची प्रशस्ती, मोठा शिलालेख कोरून, चिरंतन करून ठेवली आहे. त्यात क्षहरातवंशनिरवशेषकर, शकपह्लवनिषूदन, त्रिसमुद्रतोयपीतवाहन असा त्याचा गौरव केला आहे, तो अगदी योग्य असाच आहे.

शक लोक म्हणजे अत्यंत रानटी, क्रूर. उत्तरेत शुंगवंशानंतर समर्थ राजसत्ता न राहिल्यामुळे शकांना तिथे भराभर विजय मिळाला नि तेथे आपली राज्ये स्थापून दक्षिणेकडे त्यांनी आपला मोर्चा वळवला. पण त्यांचे दुर्दैव नि आमचे सुदैव. आम्हाला गौतमीपुत्र सातकर्णी, वसिष्ठीपुत्र पुलुमावी,

श्री यज्ञश्री सातकर्णी असे अत्यंत पराक्रमी सम्राट लाभले, त्यांनी दक्षिणेतून शकसत्तेचे मूळच उखडून टाकले.

त्याचे असे झाले, की शकांची जी एक शाखा क्षहरात, त्यांनी महाराष्ट्रावर आक्रमण केले. नहपान आणि त्याचा जावई उषवदात (ऋषभदत्त) यांनी आपली सत्ता खूपच वाढवली. माळवा, नर्मदा खोरे जिंकून ते महाराष्ट्रात उतरले. इ. स. १२५ च्या सुमारास प्रतिष्ठान म्हणजे पैठणच्या गादीवर असणारे मंदालक, पुरींद्रसेन इ. सातवाहन राजे दुबळे होते. त्यामुळे शकसत्ता

विदर्भ, कोकण, कुंतल या भागांवर स्थापन झाली. नहपान हळूहळू जुन्नर, कार्ले इथपर्यंत आला. त्याचे शिलालेख इथे सापडलेले आहेत. त्यात त्याच्या यशाचा खूपच गौरव केलेला आहे. त्याच्या दानधर्मादी वृत्तीमुळे त्याची सत्ता अधिकच दृढ होत चालली. आणि काही काळ असे वाटले, की सातवाहन साम्राज्य नष्ट होणार आणि अखिल भारत परक्यांच्या सत्तेखाली जाणार. पण सातवाहन कुलात गौतमीपुत्र सातकर्णीचा उदय झाला नि हे

भयंकर संकट टळले.

इ.स.३५ ते ९० ही पंचावन्न वर्षे महाराष्ट्र परक्या सत्तेखाली होता. इ.स. ७२ मध्ये गौतमीपुत्र प्रतिष्ठानच्या गादीवर आला. प्रथम त्याने उत्कृष्ट सिद्धता केली आणि मग त्याने शकांवरचे आक्रमण चालू केले. पहिल्यांदा त्याने पुणे प्रांत, मावळप्रांत परक्यांच्या हातून सोडविला आणि मग उत्तरेत स्वारी करून प्रत्यक्ष रणांगणावर त्याने नहपान नि उषवदात (ऋषभदत्त) दोघांनाही कंठस्नान घातले आणि मग दक्षिणेत जेवढे म्हणून शक, यवन, पल्हव होते, त्यांना एक तर खलास तरी करून टाकले किंवा उत्तरेत पळवून लावले. आणि मग आक्रमण तसेच चालू ठेवून सम्राट सातकर्णीने पूर्व-पश्चिम माळवा, नर्मदापरिसर, विदर्भ, कोकण, सर्व उत्तर महाराष्ट्र हे मुक्त केले. उत्तरेच्या क्षत्रपांच्या ताब्यातील पश्चिम राजपुताना, सौराष्ट्र हे प्रदेशही आपल्या साम्राज्यात समाविष्ट केले. मग महेंद्र, मलय, आंध्र, कलिंग हेही प्रदेश जिंकले आणि त्यामुळे त्रिसमुद्रतोयपीतवाहन म्हणजे 'सिंधुसागर गंगासागर नि भारतीय महासागर ह्या तीनही समुद्रांचे पाणी ज्याच्या घोड्यांनी प्यायलेले आहे असा; हे बिरुद सार्थ, यथार्थ ठरले. नाशिकच्या लेखात त्याच्या मातेने-गौतमी बलश्रीने त्याची राम, केशव, अर्जुन, भीमसेन यांच्याशी तुलना केलेली आहे. नहुष, जनमेजय, ययाती, सगर यांच्यासारखाच तो पराक्रमी होता, असा त्याचा गौरव केलेला आहे.

शाब्बास रे गौतमीपुत्रा शाब्बास रे सातकर्णी!

गौतमीपुत्र सातकर्णीच्या मृत्यूनंतर एकोणीस वर्षांनी, वासिष्ठीपुत्र पुलुमावीच्या राजवटीत, सातकर्णीची माता गौतमी बलश्री हिने नाशिकच्या लेण्यांत एक विस्तृत लेख कोरविला होता. त्या लेखात गौतमीपुत्राविषयी तर माहिती आहेच; पण स्वत:विषयीही तिने लिहिलेले आहे. गौतमी हे तिचे गोत्रनाम असून बलश्री हे तिचे स्वत:चे नाव होते. ती महादेवी, राजर्षिवधू, महाराजमाता आणि महाराजपितामही होती. ती धर्मपरायण, सच्छील, साध्वी; तसेच दानधर्म, उपवास, व्रते आणि ईश्वरोपासना यांत मग्न अशी होती. तिला आपल्या पराक्रमी पुत्राचा यथार्थ अभिमान होता. ती म्हणते-

"सातकर्णी हा हिमालयासारखा थोर होता. त्याचे राज्य ऋषीक (खानदेश),

अश्मक (गोदातीर), मूळक (पैठणजवळचा प्रदेश), सुराष्ट्र, कुकुर (राजस्थान), अपरान्त (कोकण), अनूप (नर्मदाकाठच्या महिष्मतीजवळचा प्रदेश), विदर्भ, माळवा अशा प्रदेशांवर होते. विंध्य, ऋक्षवान (सातपुडा), पारियात्र (अरवली), सह्याद्री, कृष्णगिरी, मलय, श्वेतगिरी, चकोर इत्यादी पर्वतांचा तो स्वामी होता. तो अत्यंत देखणा होता. तो उदार, मातृभक्त, धर्मार्थकामांचे योग्य आचरण करणारा, पराक्रमी, धर्मनिष्ठ, प्रजावत्सल असा होता.''

आजही आपण नाशिकला जावे नि हा शिलालेख अवश्य वाचावा. कोणी म्हणतात, वडिलांचे नाव तर सर्वचजण लावतात पण स्वतःच्या आईचे नाव लावणारा गौतमीपुत्र सातकर्णी फारच महान होता, अतिशय श्रेष्ठ मातृभक्त होता.

*

यज्ञश्री सातकर्णी

सातवाहन वंशातला हा शेवटचा सम्राट होय. त्याचा काळ आहे, इ.स. १७४ ते २०३. त्याचे शिलालेख नाशिक, कान्हेरी (मुंबई बोरिवलीजवळ)

आणि चिन्नगंजम येथे सापडलेले आहेत. त्याची नाणी सौराष्ट्रासह गुजरात, अपरान्त (कोकण), विदर्भ, मराठवाडा, आंध्र प्रदेश ह्या सर्व प्रदेशांत

सापडली आहेत. यावरून त्याने आपली सत्ता दूरवर प्रस्थापित केलेली होती, असे दिसते. त्याची चांदीची नाणी शूर्पारक (सोपारा, जि. ठाणे) येथे सापडलेली आहेत. प्रसिद्ध बौद्ध पंडित नागार्जुन हा त्याचा मित्र होता, असे म्हणतात. त्याच्या काही नाण्यांवर घोड्याचे चिन्ह आहे, त्यावरून त्याने अश्वमेध यज्ञ केला असावा, असा काही विद्वानांचा तर्क आहे. अश्वमेध यज्ञ सर्व राजांना करता येत नाही. ज्या राजाने इतर सर्व राजांना जिंकलेले आहे त्यालाच हा यज्ञ करण्याचा अधिकार असतो. ह्याचाच अर्थ असा की यज्ञश्री सातकर्णीने त्या काळच्या राजांना युद्धात जिंकले होते. सर्व राजमंडळात त्याचे स्थान सर्वश्रेष्ठ होते. ''नाव सोनूबाई पण हाती कथलाचा वाळा'', अशी मराठीत एक म्हण आहे. पण यज्ञ आणि तोही श्रेष्ठ असा अश्वमेध यज्ञ केल्यामुळे यज्ञश्रीचे नाव सार्थ, यथार्थ नि कृतार्थ ठरलेले आहे. जहाजाची आकृती कोरलेली त्याची काही नाणी सापडलेली आहेत. त्यावरून समुद्रावरही याची सत्ता असावी, असे दिसते. प्रख्यात संस्कृत गद्यलेखक बाणभट्ट (इ.स.चे ७ वे शतक) याने आपल्या 'हर्षचरित' या ग्रंथात त्याला 'त्रिसमुद्राधिपती - तीन समुद्रांचा नायक' म्हटलेले आहे.

∗ ∗

नागनिका (नायनिका)

नागनिका तथा नायनिका ही सातवाहन घराण्यातील एक मोठी राणी होय. सातवाहनकुलात खूप मोठ्या स्त्रिया वा राण्या होऊन गेल्या असल्या पाहिजेत. पण आपणास मुख्यत: दोन-तीन राण्यांचीच माहिती प्राप्त होऊ शकली.

श्रीसातकर्णी ह्या सातवाहन राजाचा राज्यकाल आहे, इसवी सनपूर्व १९४ ते १८५. त्याची राणी नायनिका अथवा नागनिका होय. महामहोपाध्याय प्रा. डॉ. वा. वि. मिराशी हे श्रेष्ठ संशोधक देवी नागनिका हिची भारतवर्षातील महनीय स्त्रियांत गणना करतात. महाराष्ट्रात त्या वेळी अनेक नाग सरदार होते. ते महारठी ही पदवी धारण करीत. सिमुक सातवाहनाने त्यांना या पदव्या दिल्या होत्या. अशाच एका महारठी गणकयिरो नावाच्या सरदाराची नायनिका ही कन्या होती. वेदिश्री, सतिश्री आणि हकुश्री या तिच्या पुत्रांचे पुतळे नाणेघाटात आहेत. श्रीसातकर्णी मृत्यू पावला, त्या वेळी कुमार वेदिश्री लहान होता. त्या वेळी आपल्या पित्याच्या साहाय्याने देवी नायनिकेने साम्राज्याचा कारभार उत्तम चालविला. पतिनिधनानंतर तापसीव्रताने ती राहात असे, असे शिलालेखात तिचे वर्णन आहे. प्रा. डॉ. पु. ग. सहस्रबुद्धे म्हणतात, की तापसीव्रताने राहून राज्यकारभार करणाऱ्या या महाराणीचे वर्णन वाचून देवी श्री अहल्याबाईंचे वाचकांना सहज स्मरण होईल.

आजही आपल्याला पाहाता येईल नि पाहावेच. नाणेघाट हा महाराष्ट्रातील एक प्राचीन मार्ग आहे. हा पुणे जिल्ह्यात, जुन्नर तालुक्यात जीवधनगडाच्या डोंगरावरून जातो. प्राचीन काळापासून कोकण आणि देश यांना जोडणारा रस्ता या घाटातून जात आहे. हा घाट सातवाहन राजांनी निर्माण केलेला दिसतो. घाटमाथ्यावर शिंगरू नावाचे पठार असून त्या पठारावर अनेक जुनी

टाकी आणि मोठाले खोदीव रांजण आहेत. त्यांना 'जकातीचे रांजण' म्हणतात. घाटाच्या दोन्ही बाजूंना डोंगरात अनेक लहान-मोठी प्राचीन लेणी आहेत. एका लेण्याच्या विस्तीर्ण दालनात सातवाहनांचे देवकुल आहे. त्याच्या एका भिंतीवर देवी नागनिकेचा शिलालेख आहे. तिच्या तीन पुत्रांच्या प्रतिमा नि नामलेख आहेत. त्या प्रतिमा भग्न झालेल्या असल्या, तरी काहींचे पाय मात्र

उरलेले असून, सर्वांची नामे शाबूत आहेत. नागनिकेचा लेख इ.सन.पूर्व दुसऱ्या शतकातला असून त्यावरून सातवाहनवंशाची पुष्कळ माहिती मिळते. या मोठ्या लेखावरून कळते, की सातवाहन राजे हे वैदिकधर्मीय नि हिंदुपरंपरेचे अभिमानी होते. त्या लेखात इन्द्र, संकर्षण, वासुदेव यांना प्रारंभी नमन आहे. नंतर यम, वरुण, कुबेर, वासव यांना नमन आहे. श्रीसातकर्णीने दोनदा अश्वमेध यज्ञ केला आणि एकदा राजसूय यज्ञ केला. तसेच अग्न्याधेय, आप्तोर्याम, गवामयन, दशरात्र असे अनेक यज्ञ केले. त्यांचाही उल्लेख आहे.

ही लेणी म्हणजे 'सातवाहन राजांनी घडविलेले सार्वजनिक स्थापत्याचे हे पहिले उदाहरण' आहे.

**

गौतमी बलश्री

सातवाहन कुळात खूपच मोठ्या स्त्रिया होऊन गेल्या. गौतमी बलश्री अतिशय महान राजमाता होती. आपल्या पुत्राला घडविण्यात तिचा खूपच मोठा वाटा असणार. जिच्या हाती पाळण्याची दोरी। ती जगाते उद्धरी। अशाच कर्तृत्वाची ही राणी होती. नाशिकच्या लेण्यात तिने स्वत:संबंधीही लिहून ठेवलेले आहे. ते वर आपण पाहिलेच. आपल्याकडे इतिहास लिहिण्याची तितकीशी पद्धत नव्हती, असे म्हणतात. पण आपल्या पुत्राचा इतिहास लिहवून नव्हे, तर कोरून ठेवणाऱ्या गौतमीची कमालच आहे. दोन हजार वर्षे झाली आजही तो शिलालेख आपणास पाहाता येतो. नाशिक हे महाराष्ट्रातले एक प्रख्यात महानगर. त्याच्या नैर्ऋत्येस अंजनगिरी पर्वताच्या रांगेत शंकूच्या आकाराचे तीन डोंगर दिसतात. त्यांना 'त्रिरश्मी' असे नाव त्यामुळेच पडलेले आहे. त्यातील मधल्या डोंगरावर पूर्वाभिमुख अशी काही लेणी कोरलेली आहेत. ही पांडव लेणी खूप प्राचीन म्हणजे इसवीसनपूर्व एकशे दहा वर्षे कृष्ण किंवा कान्ह सातवाहन ह्या राजाच्या राजवटीत खोदली गेली. क्रमांक चार ते चौदा या गुहा इ.स. पाच पर्यंत हकुश्री, गौतमीपुत्र सातकर्णी आणि वासिष्ठीपुत्र पुलुमायी यांच्या कारकिर्दीत निर्माण झाल्या. क्रमांक तीनच्या लेण्यात गौतमी बलश्रीने लेख कोरून ठेवलेला आहे. त्यात तिचे स्वत:चे नि तिच्या महापराक्रमी पुत्राचे वर्णन आलेले आहे.

योगायोग म्हणा काही म्हणा, गौतमीपुत्राने ज्या दोघांचा प्रचंड पराभव केला, त्या महाक्षत्रप नहपान नि त्याचा जावई उषवदात (ऋषभदत्त) आणि मुलगी दक्षमित्रा यांचे कोरीव लेख क्र. चौदा आणि दहा या लेण्यांत आहेत.

प्राचीन काळी स्त्रियांना कर्तृत्व दाखविण्यास फारसा वाव नव्हता. सर्व

बाजूंनी जणू त्यांची कोंडीच झालेली होती. स्त्रीला मान, सन्मान, गौरवही नसे तरीसुद्धा या प्रतिकूल परिस्थितीवर मात करून ज्या स्त्रियांनी इतिहास घडवला, विविध क्षेत्रांत आपले कर्तृत्व प्रकट केले त्या महिला विशेष आदराला प्राप्त झाल्या आहेत. अशा कर्तृत्ववतींच्या मालिकेत गौतमी बलश्री हिला मोठेच मानाचे स्थान मिळालेले आहे, तिने ते मिळविलेले आहे. पुढील इतिहासात जे स्थान जिजामाता नि शिवाजीमहाराज यांना आहे, तेच स्थान प्राचीन इतिहासात महादेवी गौतमी बलश्री नि तिचा पराक्रमी पुत्र

गौतमीपुत्र शातकर्णी यांना आहे. या दोन जोड्यांमध्ये साम्यही आहे. दोन्ही मातांनी आपल्या पुत्रांवर उत्तम संस्कार केलेले होते. दोन्ही जोड्या या महाराष्ट्रातील होत. दोन्ही कालखंडात परक्यांच्या प्रभावातून महाराष्ट्राची नि अन्यही प्रदेशांची मुक्तता झाली. दोनीही जोड्या वैदिक (हिंदू) धर्माच्या अभिमानी आहेत. गौतमीपुत्राने शकगणना चालू केली असे म्हणतात नि शिवरायांनीही राज्याभिषेकशक चालू केला. दोघांनीही सर्व धर्मांच्या अनुयायांचा आदरच केलेला आहे.

गौतमी बलश्री म्हणजे एक महान राणी. दोन सहस्त्र वर्षांच्या कालखंडात खूप इतिहाससाधने नष्ट झाली त्यामुळे तिचा संपूर्ण इतिहास आपल्याला

मिळू शकत नाही हे दुर्दैव; पण जे थोडेफार मिळू शकले त्यावरूनही ती किती महान होती हे कळते. जिजामातांचे पती शहाजीराजे यांनी स्वातंत्र्याचे दोनदा प्रयत्न केले होते. दुर्दैवाने त्यांना अपशय आले पण त्यांनी शिवाजीराजांना स्वातंत्र्याचा वारसा दिला. शहाजीराजांच्या पूर्वी सर्वत्र घोर पारतंत्र्य होते आदी तद्वतच, गौतमी बलश्रीचे पती राजा शिवस्वाती यांच्या काळची स्थिती होती. इ.स.च्या पहिल्या शतकात परक्या शकक्षत्रपांनी महाराष्ट्रात ठाण मांडलेले होते. महाराष्ट्राचा काही भाग पारतंत्र्याच्या यातना सहन करीत होता. पुणे आणि नाशिक जिल्ह्याच्याही काही भागांत त्यांनी आपली सत्ता स्थापन केली होती. शकांचे लेख आजही नाशिक, जुन्नर नि कार्ले येथील लेण्यांत पाहावयास मिळतात. तर, या परकीय सत्तेविषयी बाविसावा सातवाहन राजा शिवस्वाती नि त्याची पत्नी महादेवी गौतमी यांच्या मनात अतिशय चीड होती. त्यामुळेच शकसत्तेविरुद्ध उठाव करावयास राजा शिवस्वातीने प्रारंभ केलेला दिसतो. भागवत पुराणात शिवस्वातीला अरिंदम म्हणजेच शत्रूंचा नाश करणारा असे म्हटलेले आहे. शकांचा बीमोड करणे नि स्वकीयांची सत्ता स्थापणे हा वारसा शिवस्वाती - गौतमी बलश्री यांचा पुत्र गौतमीपुत्र सातकर्णी यास मिळाला. शिवस्वातीची स्फूर्ती नि आता गौतमी बलश्री हिची प्रेरणा. पुढे छत्रपती श्रीशिवाजीमहाराज हे पराक्रमी मुक्तिदाते ठरले त्याचप्रमाणे गौतमीपुत्र सातकर्णी ह्याचे महान कृत्य आहे. नहपान ह्या शक क्षत्रपाचा पराभव करून पश्चिम महाराष्ट्र आपल्या सत्तेखाली आणला. शक, यवन नि पल्हव यांचा नि:पात करून क्षहरातांचा समूळ उच्छेद केला. या साऱ्या गोष्टींना मातेची प्रेरणा होतीच.

मघाशीच उल्लेख केल्याप्रमाणे गौतमी हे तिचे गोत्रनाम असून बलश्री हे तिचे स्वत:चे नाव होते. ती महादेवी, राजर्षिवधू (एका थोर ऋषिसमान असलेल्या राजाची पत्नी), महाराजमाता (सातकर्णी सम्राटाची आई) नि महाराजपितामही (वासिष्ठीपुत्र पुलुमावीची आजी) होती. ती धर्मपरायण, सच्छील, साध्वी; तसेच दानधर्म, उपवास, व्रते आणि ईश्वरोपासना यांत मग्न असे. तिला आपल्या पुत्राचा यथार्थ अभिमान होता. नाशिकच्या पांडव लेण्यातील शिलालेखात त्या म्हणतात, सातकर्णी हिमालयासारखा थोर

होता, त्याचे राज्य ऋषीक (खानदेश), अश्मक (गोदातीर), मूलक (पैठण परिषद), सुराष्ट्र, कुकुर (राजस्थान), अपरान्त (कोकण) आदी प्रदेशांवर राज्य होते. अनेक पर्वतांचा तो स्वामी होता. तो अत्यंत देखणा, उदार, मातृभक्त, धर्मार्थकामांचे योग्य आचरण करणारा, पराक्रमी, धर्मनिष्ठ, प्रभावात्मक असा होता...

अश्या रीतीने ही माता-पुत्राची जोडी चिरस्मरणीय झालेली आहे.

गौतमी बलश्री ही पूर्णपणे सुशिक्षित असली पाहिजे. संस्कृतविषयी पूर्ण अभिमान असूनही तिचा नाशिक येथील शिलालेख महाराष्ट्री भाषेत आहे. सातवाहनांच्या काळी महाराष्ट्री भाषेला महत्त्व प्राप्त झाले होते. ती प्रगत भाषा होती. ह्या महाराष्ट्री भाषेपासूनच पुढे आपली मराठी भाषा निर्माण झाली. देशी भाषांना उत्तेजन देणाऱ्या सातवाहनांची कमाल आहे! आपण मराठी भाषिक लोक गौतमी बलश्री, नागनिका नि सातवाहन राजे यांचे अत्यंत ऋणी आहोत.

**

चंद्रगुप्त मौर्य

(शासनकाल इ. स. पू. ३२४ ते ३००)

इतिहासकाळातील भारताचा पहिला महान सम्राट. तोड नाही चंद्रगुप्ताला. बावीसशे वर्षे झाली, काळ खूप प्रगत झाला, आम्हीही खूप पुढे गेलो; पण चंद्रगुप्त मौर्याइतकी प्रगती आम्हाला करता आली नाही. शून्यातून साम्राज्य कसे उभे करावे, ते त्याने शिकविले. भारताच्या विशाल भूप्रदेशावर त्याने राज्य स्थापले. तो एक मोठा आदर्शच त्याने आमच्यासमोर ठेवलेला आहे. परकीय आक्रमकांचा बीमोड कसा करावा, हे त्याने उत्कृष्टपणे दाखवून दिले नि एवढी प्रचंड सत्ता, यश, कीर्ती, मानसन्मान मिळवूनही शेवटी नि:स्वार्थपणे, निर्लोभीपणे या साऱ्यातून मुक्त कसे व्हावे, ह्याचा फार मोठा आदर्श त्याने आमच्यापुढे चिरंतन म्हणजे कायमसाठी ठेवलेला आहे.

अतिप्राचीन काळ असल्यामुळे चंद्रगुप्ताच्या बालपणाविषयी फारशी माहिती मिळत नाही. त्याच्या घराण्याचीही निश्चित माहिती मिळत नाही. पण असे म्हणता येईल, की भगवान गौतम बुद्धांच्या काळापासून (इ.स.पू.५६३ ते ४८६) मोरिया नामक एक क्षत्रिय कुल पिप्पलिवन येथे राहात होते. त्या कुळात पाटलिपुत्राजवळच्या गावात चंद्रगुप्त जन्माला आला.

मुलाचे पाय पाळण्यात दिसतात, तद्वत चंद्रगुप्ताचेही झाले. लहानपणीच त्याचे अमोल सद्गुण प्रकट होऊ लागले. लहानपणी मित्र जमा करावे आणि आपण त्यांचा राजा बनावे नि खेळावे हा त्याचा आवडता छंद. ही गोष्ट सूक्ष्मदर्शी आर्य चाणक्य ह्यांच्या दृष्टीला पडली. चाणक्यांना हा छोटा, तेजस्वी, तडफदार नि हुशार मुलगा एकदम आवडला. चाणक्यांच्या डोळ्यांत काही स्वप्ने तरळत होती. म्हणूनच हा मुलगा त्यांच्या नजरेत चांगलाच

भरला. हा मुलगा आपले स्वप्न पूर्ण करणार, ह्याची त्यांना निश्चिती वाटू लागली. अचूक गुरूला अचूक शिष्य मिळाला.

त्याचे असे झाले, की त्या काळात भारतात अनेक गणराज्ये म्हणजे 'लोकांची सत्ता असलेली राज्ये' होती. या साऱ्या पसाऱ्यात मगधाचे राज्य अत्यंत प्रबळ होते. पण ते राजसत्ताक पद्धतीचे होते. तिथे नंद वंशाचे राज्य चालू होते. त्या वंशातल्या महापद्मनंदाचा पुत्र धनानंद राजा हा धनलोभी नि जुलमी होता. त्याच्या जुलमी वृत्तीमुळे प्रजाजन अगदी त्रासून गेले होते.

त्याच वेळी तक्षशिला विद्यापीठात एक महाविद्वान म्हणून चाणक्यांची कीर्ती वाढत होती. ती कीर्ती धनानंदाच्या कानावर गेली आणि त्याने चाणक्यांना आपल्या राजसभेत पाचारण केले. चाणक्य त्यानुसार पाटलिपुत्राच्या राजसभेत उपस्थित झाले. पाटलिपुत्र म्हणजे सध्याचे पाटणा त्यांना दानविभागाचे

अध्यक्षपद स्वीकारण्याची धनानंदाने विनंती केली. चाणक्यांनी दूरदृष्टीने ते पद स्वीकारले.

आतून चाणक्यांनी अनेक माणसे जोडली, त्यांची मने क्रांतीसाठी अनुकूल केली. कारण त्या वेळच्या भारताची स्थिती चाणक्यांना अस्वस्थ करीत होती. एका बाजूला इराणचे प्रचंड साम्राज्य पसरले होते नि एका बाजूने सिकंदर ग्रीसमधील सर्व नगरराज्ये नष्ट करून त्यांचे एका राज्यात रूपान्तर करून भारतावर चालून आला होता. चाणक्यांच्या मनात विचार आला, ग्रीकांच्या नगरराज्यांप्रमाणेच भारतीय गणराज्यांचीही धूळधाण होणे अशक्य नाही. अशा स्थितीत भारताचा पराभव व्हावयास वेळ लागणार नाही. भारत खंडित आहे म्हणूनच तो दुबळा बनला आहे. त्याला बलशाली बनवायचे असेल, तर तो आधी एका छत्राखाली आला पाहिजे. अशी केंद्रवर्ती सत्ता केवळ मगधातच निर्माण होऊ शकेल, असेही त्यांना वाटत होते. पण तसे व्हायचे तर त्या आधी नंदवंशाची सत्ता उखडून टाकणे भाग होते. हे काम अत्यंत अवघड होते; पण चाणक्यांचे मन मात्र क्रांतीच्या विचारांनी अगदी भारून गेले होते.

आणि एके दिवशी तो प्रसंग घडला. आपल्यापेक्षा अधिक मान चाणक्यांना आहे हे समजल्यामुळे धनानंद मनातून अगदी संतप्त झालेला होता. आणि त्या अ-दूरदृष्टीच्या धनानंदाने भर राजसभेत चाणक्यांचा अपमान केला. "आजपासून तुम्हाला ह्या राजसभेत स्थान नाही!"

दूरदृष्टीच्या चाणक्यांना असे काही घडेल, ह्याची कल्पना होतीच. ते आपल्या स्थानावरून उठले नि निर्भयपणे उभे राहून म्हणाले,

"अहो धनानंद, प्रजेला नाडून सुखोपभोग भोगणाऱ्या कर्तव्यभ्रष्ट राजाची गुलामगिरी पत्करून राह्यला मीही सिद्ध नाही. मी निघालो; पण जाताना एक प्रतिज्ञा उच्चारून जातो की, "नंदकुलाचा विनाश घडवून मगधभूमीला मुक्त करीन तेव्हाच मी माझ्या शेंडीची गाठ बांधीन."

नंदकुलाच्या नि:पाताची प्रतिज्ञा करून बाहेर पडलेले चाणक्य काही काळ मगधातच गुप्तपणे क्रांतीचा प्रचार करीत राहिले. तरुणांची मने अगोदरच त्यांनी क्रांतीला उद्युक्त करून ठेवलेली होती. आता त्यांना उणीव होती, ती

भावी क्रांतीचे नेतृत्व करणाऱ्या एखाद्या तेजस्वी नेत्याची. तसा नेता, तसा तेजस्वी युवक चंद्रगुप्ताच्या रूपाने थोड्यातच दिवसांत त्यांना मिळाला.

आपली स्वप्नपूर्ती होणारच असा विश्वास चाणक्यांना चंद्रगुप्ताच्या रूपाने प्राप्त झाला. गुणसंपन्न अशा चंद्रगुप्तावर चाणक्यांचे एकदम प्रेम बसले. लगेच त्याला घेऊन ते सुदूर, वायव्य भारतातील तक्षशिला येथे आले. क्रांतीचा नेता आणि भारताचा भावी सम्राट म्हणून चंद्रगुप्ताचे व्यक्तित्व घडविणे हेच आता चाणक्यांचे मुख्य कार्य बनले. थोड्याच काळात आर्य चाणक्यांनी चंद्रगुप्ताला राजनीती आणि युद्धविद्या ह्या दोन्ही विषयांत पारंगत केले.

अशा प्रकारे चाणक्यांच्या मार्गदर्शनाखाली चंद्रगुप्ताचे शिक्षण पूर्ण होत आले आणि त्याच वेळी चाणक्यांना ज्या संकटाची भीती वाटत होती ते संकट समोर उभे राहिले. इ.स.पू. ३२७ मध्ये शिकंदर सारा इराण पादाक्रांत करून पुढे भारतावर चालून आला. सीमेवरील टोळीवाल्यांचा पराभव करून त्याने सिंधू नदी ओलांडली आणि तो तक्षशिलेच्या राज्यात घुसला. अर्थात, शिकंदराला आपले आक्रमण पुढे चालू ठेवता आले नाही. सौभूती, कठ, यौधेय, मालव आणि शूद्रक ह्या बलशाली गणराज्यांनी त्याला तीव्र प्रतिकार केला. शिकंदर स्वतः मालव, शूद्रकांशी लढताना घायाळ झाला आणि त्याची महत्त्वाकांक्षाही घायाळ झाली. मालव-शूद्रकांशी शस्त्रसंधी करून तो स्वदेशी जाण्यासाठी परत फिरला.

शिकंदराची ही स्वारी आर्य चाणक्य नि चन्द्रगुप्त ह्या गुरु-शिष्यांनी जवळून पाहिली. शिकंदराच्या विजयी सैन्याची वैशिष्ट्ये त्यांनी बारकाईने न्याहाळली. शिकंदराच्या आक्रमणातून त्या दोघांना खूप शिकायला मिळाले. पुढे थोड्याच दिवसात शिकंदर मरण पावल्याची वार्ता आली. आता तूर्त तरी कोण्या शत्रूचे भय संभवत नाही, असे चाणक्यांना वाटले. मग त्यांनी थोड्याच दिवसांत चंद्रगुप्ताकरवी आपल्या क्रांतियुद्धाचा शुभमुहूर्त केला.

प्रथम तक्षशिलेच्या परिसरात बरेच सैन्य एकत्रित करण्यात आले. त्या सैन्याच्या बळावर प्रथम वायव्येकडील प्रदेश ग्रीकांच्या तावडीतून मुक्त केला. मग ह्या गुरु-शिष्यांनी मगधाकडे आपला मोर्चा वळविला. वाटेतील

गणराज्यांवर वर्चस्व प्रस्थापीत ते सतत पुढे-पुढेच जात राहिले.

आपल्यावर शत्रू चालून येत आहे ही वार्ता थोड्याच दिवसांत धनानंदाला कळली. मगधराज्याच्या सीमेवर त्याने खूप मोठे सैन्य जमा केले नि चंद्रगुप्ताला प्रतिकार करण्याचा क्षीण प्रयत्न केला; पण चंद्रगुप्त मौर्याने त्या सैन्याचा प्रचंड पराभव करून आपला मार्गक्रम चालू ठेवला...

ज्या अर्थी चाणक्यांच्या मार्गदर्शनाने हे सैन्य पुढे चालून येत आहे, त्या अर्थी ते आपल्या मुक्तीसाठीच चालून येत आहे, हे मगधवासीयांना कळले. चंद्रगुप्ताला मगधाच्या प्रजेचे पूर्ण सहकार्य मिळाले. त्याला आपल्या सैनिकी हालचाली पूर्ण सुलभतेने करता आल्या आणि एके दिवशी चंद्रगुप्त पाटलिपुत्र नगरीच्या राजवाड्याच्या दारात येऊन थडकला. नंदसेवकांची, अधिकाऱ्यांची, सैनिकांची पळापळ चालू झाली. धनानंदही पळणार, तेवढ्यात चंद्रगुप्ताकडून तो मारला गेला. चंद्रगुप्त विजयी झाला, नंदकुलाचा नि:पात झाला आणि आर्य चाणक्यांची प्रतिज्ञाही पूर्ण झाली.

चंद्रगुप्त मौर्य मगधाच्या सिंहासनावर स्थानापन्न झाला. आता राज्याची घडी बसविण्याचे कार्य बाकी राहिले होते नि ते अतिशय महत्त्वाचे होते. त्यासाठी चाणक्यांनी चंद्रगुप्ताचे महा-अमात्यपद स्वीकारले. चाणक्यांच्या मार्गदर्शनाने चंद्रगुप्ताने जवळजवळ सर्व भारतवर्षात आपली सत्ता स्थापिली. सर्व भारतवर्ष एकच्छत्री अमलाखाली आला. चाणक्यांनी आपली आदर्श अशी राज्यव्यवस्था प्रारंभित केली.

चंद्रगुप्ताचे चरित्र समजून घेताना थोडीशी आर्य चाणक्यांचीही माहिती घेऊया.

प्रख्यात लेखक संशोधक डॉ. रा. चिं. ढेरे म्हणतात, की आधुनिक काळातील विचारवंतांनाही आदर्शभूत वाटावी अशी ही राज्यव्यवस्था म्हणजे चाणक्यांच्या बुद्धिमत्तेचा आणि प्रजावात्सल्याचा परिणाम होता. चंद्रगुप्ताच्या नि एकूणच सर्व राजांच्या उपयोगासाठी चाणक्यांनी 'अर्थशास्त्र' नामक राजनीतिविषयक एक उत्कृष्ट ग्रंथ रचला. हा ग्रंथ भारतीय राजनीतीचा आदर्श असून, जगातील प्राचीन राजनैतिक साहित्यात तो अद्वितीय आहे. राजव्यवहारविषयक एकशेऐंशी विषयांची त्यात चर्चा केलेली आहे. राजा

कसा असावा हे सांगताना चाणक्य म्हणतात-

प्रजासुखे सुखं राज्ञः प्रजानां च हिते हितम्।
नात्मप्रियं हितं राज्ञः प्रजानां तु हितं प्रियम्।।

अर्थ - प्रजेच्या सुखात राजाचे सुख असते आणि प्रजेच्या हितात राजाचे हित असते. स्वार्थ साधण्यात राजाचे हित नसते तर ते प्रजेला संतुष्ट ठेवण्यात असते.

आर्य चाणक्य हे आजच्या नेत्यांनाही अत्यंत आदर्श आहेत. एवढ्या अखिल भारताचे ते महामंत्री होते; पण ते कधीही राजवाड्यात किंवा राजमहालात वा वैभवशाली वाड्यात राहात नव्हते. ते एखाद्या ऋषीप्रमाणे गवताच्या झोपडीत वा पर्णकुटीत राहून तिथूनच राजाला आणि जनांना मार्गदर्शन करीत असत.

नाटककार विशाखदत्त आपल्या मुद्रराक्षस नाटकात म्हणतात-

उपलशकलमेतद् भेदकं गोमयानां
बटुभिरुपहृतानां बर्हिषां स्तोम एषः।
शरणमपि समिद्भिः शुष्यमाणाभिराभि –
र्विनमितपटलान्तं दृश्यते जीर्णकुड्यम्।। (मुद्राराक्षस ३.१५)

अर्थ - एका बाजूला गोवऱ्या तोडण्यासाठी असलेला दगडाचा तुकडा पडला आहे. दुसऱ्या बाजूला त्यांच्या शिष्यांनी एकत्र केलेल्या कुश गवताचा ढीग लागलेला आहे. छपरावर चारी बाजूंनी समिधा वाळत घातलेल्या दिसत आहेत. समिधांच्या भाराने त्यांची झोपडी जणू एका बाजूला झुकत आहे आणि झोपडीच्या जीर्ण भिंती पडत-झडत कश्याबश्या उभ्या आहेत.

तर, इकडे सिकंदर परतला, वाटेतच वारला. पण त्याने मागे ठेवलेले क्षत्रप वा प्रांताधिपती अजून वळवळत होते. विजयाची आकांक्षा बाळगून होते. त्यांतलाच एक बलाढ्य सेनापती म्हणजे सेल्युकस निकेटर हा होय. तो सिकंदराच्यानंतर त्याच्या अशियातील राज्याचा प्रमुख झाला होता. त्याची महत्त्वाकांक्षा काही त्याला स्वस्थ बसू देत नव्हती. सिकंदरचे अनुकरण करावे, असे त्याला वाटू लागले. त्याला वाटले होते सहज खणून काढू म्हणून मोठीच महत्त्वाकांक्षा बाळगून तो पंजाबवर चालून आला. पण आता

पूर्वीचा भारत अस्तित्वात नव्हता तर बलाढ्य चंद्रगुप्ताच्या बलाढ्य नेतृत्वाखाली बलाढ्य भारत जन्माला येत होता. चंद्रगुप्ताचे हेरखातेही प्रबल होते आणि शत्रूला शत्रूच्या प्रदेशात नाही जमले तर निदान सीमेवर गाठावा हे धोरण चंद्रगुप्ताला चांगले माहीत होते. प्रवासाची साधने, रस्ते आदी काही त्या वेळी आत्ताच्यासारखे नव्हते आणि कुठे मगध (बिहार) नि कुठे पंजाब? पण चंद्रगुप्त त्वरेने निघाला. सेल्युकस सिंधू नदीपर्यंत चालून आला होता. (इसवी सनपूर्व ३०५). चंद्रगुप्ताने बरोबर त्याला गाठले नि त्या यवन सेनापतीचा सणसणीत पराभव केला. सेल्युकसला कल्पना नव्हती असा जबरदस्त पराभव त्याचा झालेला होता. आता संधी म्हणजे तह करण्यावाचून त्याला गत्यंतरच नव्हते. त्याने अरिया, अच्छोसिया नि परोपनिसदै हे प्रांत चंद्रगुप्ताला देऊन टाकले. आपली कन्या हेलन हिचा त्याने चंद्रगुप्ताशी विवाह लावून दिला. चंद्रगुप्तानेही पाचशे हत्ती भेट म्हणून सेल्युकसला दिले. असो. वर उल्लेखलेले हे प्रांत सध्याच्या गांधार म्हणजे अफगाणिस्तान देशात आहेत. एकेकाळी अफगाणिस्तान भारतातच होता; पण यवनांमुळे तो त्यांच्या ताब्यात गेला होता. पण शूर चंद्रगुप्ताने गांधार (अफगाणिस्तान) परत मिळविला. हेरात, कंदाहार आणि काबूल ह्या त्या प्रांतांच्या राजधान्या होत्या. भारताची सीमा कुठच्या कुठे म्हणजे इराणला भिडली होती. शाब्बास, चंद्रगुप्त शाब्बास! सध्या मात्र भारताची सीमा संकुचित होत होत अमृतसरच्या थोडी पुढे, इथपर्यंत आलेली आहे, हे मोठेच दुःखद आहे; पण चंद्रगुप्त मौर्य आमचा आदर्श आहे. तो आम्हाला स्फूर्ती देईलच देईल.

अडीच सहस्र वर्षे होऊन गेली. दीर्घ कालावधी, परक्यांची विध्वंसक आक्रमणे, अनास्था इत्यादींमुळे खूप कागदपत्रे हरवली, नष्ट झाली. त्यामुळे ह्यानंतरच्या चंद्रगुप्ताच्या जीवनासंबंधीची फारशी माहिती मिळत नाही. पण त्याने पुढेही अनेक युद्धे करून मोठाच साम्राज्यविस्तार केला. दक्षिण भारतात, तमिळनाडू प्रांतात थेट तिरुनेलवेलीपर्यंत त्याने धडक मारली. एक विशाल भारतीय साम्राज्य त्याच्या नेतृत्वाखाली निर्माण झाले.

सेल्युकसने आपल्या पदरचा मेगॅस्थिनीस ह्याला चंद्रगुप्ताच्या पदरी राजदूत म्हणून ठेवले. मेगॅस्थिनीस मगधाची राजधानी पाटलिपुत्र म्हणजेच

सध्याचे पाटणा येथे अनेक वर्षे राहिला. त्या काळात त्याने भारताचे निरीक्षण केले आणि तत्संबंधीचे सविस्तर वर्णन त्याने लिहून काढले. त्याचा ग्रीक भाषेतला मूळ ग्रंथ 'इंडिका' उपलब्ध नाही; पण त्याच्या लेखनातले अनेक उतारे त्याच्या नंतरच्या ग्रीक इतिहासकारांनी उद्धृत केलेले आहेत. काही गोष्टी स्वत: पाहून त्याने जी वर्णने लिहिलेली आहेत, ती पूर्ण विश्वसनीय आहेत. चंद्रगुप्ताची राज्यव्यवस्था आणि सेनादल ह्यांच्याविषयी जी माहिती त्याने दिलेली आहे, ती सत्य आणि बिनचूक मानावयास प्रत्यवाय (हरकत) नाही. त्याने दिलेली धार्मिक आणि सामाजिक माहिती मात्र तितकीशी विश्वसनीय वाटत नाही. मात्र मौर्ययुगातील भारताचा इतिहास समजण्याच्या दृष्टीने त्याचे लिखाण अत्यंत उपयुक्त ठरलेले आहे.

असो. भारतीय परंपरा ही खुर्चीला चिकटून बसण्याची नाही. चार आश्रमांत वानप्रस्थाश्रम आहे. म्हणजेच संसाराच्या साऱ्या जबाबदाऱ्या मुलाबाळांवर सोपवून हळूहळू निवृत्त होणे ही भारतीय परंपरा. असे म्हणतात, की आपला एक केस पांढरा झालाय हे लक्षात आल्याबरोबर दशरथाने रामाला राज्याभिषेक करावयाचा असे ठरविले; पण आता... आता मुलाचे केस पांढरे झाले तरी सत्ता सोडण्याचा विचार बाप करीत नाही. तर चंद्रगुप्त मौर्य ह्याने, एवढे मोठे विशाल साम्राज्य; पण त्याचा मोह सोडून देऊन निवृत्त व्हावयाचे ठरविले.

जैन संपर्कात आल्यामुळे म्हणा वा अन्य काही कारणांमुळे म्हणा चंद्रगुप्त जैन धर्माकडे आकृष्ट झाला. त्याने जैन धर्म स्वीकारला आणि आपला पुत्र बिन्दुसार ह्याच्याकडे राज्याची सूत्रे देऊन महान जैन आचार्य भद्रबाहू यांच्यासह दक्षिण भारताकडे निघाले. भद्रबाहू हे जैन धर्माचे फार मोठे ज्ञाते होते. हे सर्वजण सध्याच्या कर्नाटकातील म्हैसूरजवळील श्रवणबेळगोळ येथे आले. तिथे चंद्रगिरी नामक डोंगरावर चंद्रगुप्ताने बारा वर्षे तप केले आणि शेवटी जैन प्रथेनुसार सल्लेखना व्रताचा स्वीकार केला. ह्या व्रताला 'समाधिमरण' असेही म्हणतात. यात सर्व प्रकारच्या मोहांचा त्याग करून समाधिमरणाचा स्वेच्छेने स्वीकार करावयाचा असतो. जेव्हा जगण्याची आशा संपेल अशा वेळी धर्म म्हणून सल्लेखना करावी. हळूहळू सर्व खाद्य पेय

पदार्थांचा त्याग करून काही दिवस निराहार राहावे नि पुढे शरीर क्षीण झाले की त्याचा त्याग करावा. असे हे व्रत आहे. अशा प्रकारे चंद्रगुप्ताने देहत्याग केला. त्या ठिकाणी सापडलेल्या शिलालेखांच्या आधारामुळे ही गोष्ट आता अनेक पंडितांनी मान्य केलेली आहे.

चंद्रगुप्ताची राज्यव्यवस्था अत्यंत उत्कृष्ट अशी होती. आपल्या विशाल साम्राज्याचे अनेक विभाग पाडून त्याने त्यावर राज्यपाल नेमले होते. तो स्वत: मगधाचा कारभार पाहात असे. त्यासाठी त्याने एक सल्लागार मंडळ नेमलेले होते. विशेष म्हणजे राज्यातल्या मोठ्या अधिकाऱ्यांच्या नेमणुका ह्या मंडळाच्या सल्ल्याने केल्या जात.

राजधानी पाटलिपुत्र नगरीची व्यवस्था पाहाण्यासाठी तीसजणांचे एक मंडळ असे. त्यांच्याकडे करवसुली, जन्ममृत्यूंची नोंद, उद्योगधंद्यांचे नियंत्रण, संरक्षण इत्यादी कामे असत. गावांची व्यवस्था ग्रामसंस्था पाहात. ग्रामसंस्था म्हणजे लहान-लहान राज्येच असत.

स्वा. सावरकर सांगतात, ''उत्तम राज्यासाठी विशाल, अनुशासनबद्ध सैन्य हवे. चंद्रगुप्ताचे सैन्य तसेच होते. त्याच्या सैन्यात आठ सहस्र रथ, नऊ सहस्र हत्ती, तीस सहस्र घोडे आणि सहा लक्ष पदाति (पायदळ) सैनिक होते. या अवाढव्य सेनादलाची व्यवस्था अतिशय उत्तम होती.

चंद्रगुप्त मौर्य ह्याचा दिल्लीत पुतळा आहे, असे सांगतात. तो आम्हाला निरंतर स्फूर्ती देवो हीच प्रार्थना!

स्वातंत्र्यवीर वि. दा. सावरकरांनी चंद्रगुप्त मौर्याचे अतिशय सुंदर वर्णन केलेले आहे. 'सहा सोनेरी पाने' या प्रख्यात ग्रंथातून ते मुळातूनच वाचावे. सिकंदर आणि चंद्रगुप्त ह्या दोघांची तुलना करताना ते म्हणतात, ''खरे म्हणजे थोर पुरुषांची तुलना करू नये. ते निरनिराळ्या परीने थोर असतात. पण जर कोणी अशा पुरुषांची तुलना करताना एकाचीच नसती बडेजावी केली तर ती हाणून पाडणे भाग आहे. जोवर युरोप अलेक्झांडरलाच तेवढे 'दी ग्रेट' म्हणून गौरवतो आहे आणि त्याचा नि त्याच्या ग्रीक साम्राज्याचा यशस्वी प्रतिद्वंद्वी जो सम्राट चंद्रगुप्त त्याची अनुल्लेखाने अवहेलना करीत आहे, तोवर आम्हा भारतीयांना हे सांगणे अवश्य आहे, की तुलनाच करावयाची

तर 'जर शिकंदर एक शिकंदर आहे तर चंद्रगुप्त हा सवाई शिकंदर आहे!' शिकंदरला त्याच्या बापाचे आधीच मिळविलेल्या प्रबळ राज्याचे नि सैन्याचे उदंड भांडवल आयतेच लाभलेले होते. त्या आधारावर स्वत:च्या पराक्रमाने त्याने ग्रीकांचे साम्राज्य उभारले. परंतु चंद्रगुप्ताला तसा कोणताही आधार नव्हता. पदरी एकही सैनिक नव्हता. त्याला राज्याबाहेरून हाकलून दिलेले होते. एकच पुरुष तेवढा त्याच्या पाठीशी उभा होता, तो म्हणजे आर्य चाणक्य! अशा स्थित्यंतरातून शून्यापासून आरंभ करून चंद्रगुप्ताने स्वत:चे बलाढ्य सैन्य उभारले. स्वत: शिकंदरच्या सेनापतीच्या-सेल्युकस निकेटरच्या भारतावर झालेल्या स्वारीचा बोजवारा उडवून दिला आणि शिकंदराच्या साम्राज्याहूनही महत्तर असलेल्या भारतीय साम्राज्याची उभारणी केली.

काळाच्या ज्या पानावर ह्या यवनविजेत्या सम्राट चंद्रगुप्ताची, ह्या सवाई शिकंदराची, राजमुद्रा अंकिलेली आहे, तेच आमच्या राष्ट्राच्या इतिहासातील सोनेरी पान पहिले!''

✳✳

सम्राट अशोक

(इ. स. पू. ३०४ ते २३७)

केवळ भारतातीलच नव्हे तर जगातील महान सम्राट म्हणजे सम्राट अशोक होय. बापसे बेटा सवाई अशी म्हण आहे. इथे बाप आणि आजोबा ह्यांच्यापेक्षा बेटा सवाई असे म्हणता येईल. सम्राट अशोकाचा काळ आहे, इसवी सन पूर्व ३०४ ते इ.स.पू. २३७. सुभद्रांगी ही अशोकाची माता होय.

राजा होण्यापूर्वी तसा अनुभव प्राप्त करणे हे महत्त्वाचे आहे. म्हणूनच म्हणा; अशोकाला साम्राज्याचा लाभ होण्यापूर्वी तो तक्षशिला आणि उज्जयिनी येथे प्रशासक म्हणून काम करीत होता. तक्षशिला हे सध्या पाकिस्तानात आहे. रावळपिंडीपासून ते सुमारे बत्तीस कि.मी. अंतरावर आहे. त्याचे नाव आहे, तक्षिला. अशोकाच्या वेळी ती वायव्य भागाची राजधानी होती. उज्जयिनी म्हणजे मध्य प्रदेशातील इंदूरजवळचे एक मोठे नगर नि तीर्थक्षेत्र. मगध-साम्राज्यातली ही दोन महत्त्वाची केंद्रे होती. अशोकाने राज्यकारभाराचा अनुभव तिथेच घेतला आणि त्या दोन प्रदेशांचा कारभार त्याने सुव्यवस्थित चालविला. आणखी एक मुख्य गोष्ट म्हणजे त्याने काश्मीर प्रांत जिंकला आणि श्रीनगर हे नगर वसविले, असे काश्मीरचा इतिहासकार कल्हण (इ.स.चे बारावे शतक) ह्याने आपल्या 'राजतरंगिणी' ग्रंथात लिहिलेले आहे.

अशोक गादीवर आला, तेव्हा त्याच्या छत्राखाली अफगाणिस्तानमधल्या हिरातपासून तमिळनाडूमधल्या तिरुनेलवेल्लीपर्यंत भारताचा विशाल भूभाग होता. पण आश्चर्य म्हणजे मगधाशेजारचा कलिंग देश त्याच्या साम्राज्यात मोडत नव्हता. कलिंग देश म्हणजे सध्याचा ओडिसा प्रांत होय. हा प्रदेश आपल्या स्वाधीन नाही, ही गोष्ट अशोकाला खुपत होती. शेवटी त्याने

कलिंगावर स्वारी करून तो प्रदेश आपल्या साम्राज्यात समाविष्ट करण्याचे ठरविले. अशोक जात्याच शूर होता. त्याने प्रचंड सिद्धता केली. आणि कलिंग देशावर प्रचंड आक्रमण केले. कलिंग देशही काही कमी नव्हता. तोही शूर होता, सैन्याच्या सर्व विभागांसह सज्ज होता. त्याची प्रजाही त्याच्याशी एकनिष्ठ होती. या अत्यंत प्रबळ राज्यावर अशोक चालून आला. दोन्ही सैन्ये एकमेकांना भिडली. कलिंगाच्या राजाने मोठ्या धैर्याने प्रतिकार केला. घनघोर युद्ध झाले. कलिंग सैन्य मोठ्या आत्मविश्वासाने लढत होते

पण सामर्थ्य कमी पडले, बळ कमी पडले. कलिंगाचा पराभव झाला, अशोक विजयी झाला. ह्या विजयामुळे एक मोठा प्रदेश अशोकाच्या साम्राज्याला जोडला गेला. हे कलिंगयुद्ध फारच भयानक असे झाले.

"ह्या युद्धात एक लक्ष कलिंगवीर धारातीर्थी पडले, दीड लक्ष युद्धबंदी झाले आणि युद्धानंतर पसरलेल्या रोगराईने लक्षावधी माणसे मृत्युमुखी पडली." असे अशोकाच्या चौदाव्या शिलालेखात नमूद केलेले आहे. अर्थात अशोकाच्या सैन्याची कमी-अधिक हानी झालेली असणारच.

अशा या भयंकर संहारामुळे अशोकाचे मन विटून गेले. त्याला अतीव

पश्चात्ताप झाला. रक्ताचे पाट आणि मृतांच्या नातेवाइकांचे आक्रोश, अश्रू त्याला पाहवेनात, ऐकवेनात.

"ह्यापुढे आपण युद्धासाठी हाती शस्त्र धरणार नाही." अशी त्याने प्रतिज्ञा केली. अशोकाचा हा खेद आणि पश्चात्ताप त्याने आपल्या शिलालेखात कोरून ठेवलेला आहे.

अर्थात जिंकलेल्या कलिंग देशाचा राज्यकारभार तिथल्या प्रजेला सुखावह होईल, अशाच प्रकारे त्याने तिथली राज्यव्यवस्था केली. एकूण साम्राज्यातील सर्वच प्रजेचे त्याने पुत्रवत पालन केले.

कोणी म्हणतात कलिंगयुद्धापूर्वी अशोक बौद्ध धर्माच्या प्रभावाखाली होताच; पण कलिंगयुद्धामुळे तो बौद्धधर्माकडे अधिकच आकृष्ट झाला. त्याला राज्यविस्ताराचे कार्य किती दुष्ट स्वरूपाचे असते आणि नैतिक नि आध्यात्मिक विजय किती उदात्त असतो हे समजून आले आणि येथून त्याचे अंतर्गत आणि परराष्ट्रीय राजकारण धर्माधिष्ठित आणि शांतिप्रवण झाले.

अर्थात कलिंगविजयाचा एक परिणाम असा झाला, की राजकीय एकसंधीकरणाचे कार्य पूर्ण झाले. अशोकाच्या काळी भारताचे जेवढे राजकीय एकीकरण झाले, तेवढे त्याच्या पूर्वी किंवा त्याच्यानंतर कोणत्याही सम्राटाच्या काळी झालेले दिसत नाही.

कलिंगयुद्ध झाले इ.स.पू. २६२ मध्ये नि इ.स.पू. २६१ मध्ये त्याने बौद्ध धर्माची दीक्षा घेतली. आणि मग तो झटून बौद्धधर्माच्या प्रचाराला लागला. त्याने प्रथम आपल्या राज्यातील शिकार बंद करून टाकली. केवळ चैनीसाठी दौरे काढणे थांबविले.

स्वत: तो बौद्धतीर्थांच्या यात्रा करू लागला. प्रथम त्याने नेपाळच्या तराई प्रांतातील भगवान श्रीगौतम बुद्धांचे जन्मस्थान असलेल्या लुम्बिनीवनाचे दर्शन घेतले. त्याचे गुरू आचार्य उपगुप्त हेही ह्या वेळी त्याच्या बरोबर होते. नंतर क्रमाक्रमाने अशोकाने कपिलवस्तू, गया, सारनाथ, कुशीनगर, श्रावस्ती ह्या तीर्थक्षेत्रांची यात्रा केली.

"पापापासून दूर राहाणे; उत्तम कार्य करणे; संयम, दान, सत्य आणि शुचिता ह्यांचे पालन करणे हा खरा धर्म आहे." असे अशोक सांगत असे.

प्रेम आणि अहिंसा या तत्त्वांच्या आधारेच त्याने आपले साम्राज्य चालविले. त्याने पशुहिंसा कायद्याने बंद केली. इतक्या जुन्या काळात पाणपोया आणि धर्मशाळा उघडल्या. प्रवासाला सोपे जावे म्हणून त्याने रस्ते बांधून काढले. त्यांची एकूण लांबी बत्तीसशे किलोमीटर (दोन हजार मैल) होती. रस्त्यांच्या कडेला त्याने छायावृक्ष लावले. त्याने आपल्या मुलीला (संघमित्रा) व मुलाला (महेंद्र) श्रीलंकेत बौद्धधर्मप्रचारार्थ पाठवले. तसेच पॅलेस्टाईन, इराण, इराक, अरबस्थान, इजिप्त येथपर्यंत बौद्ध प्रचारक गेले होते. त्यामुळेच या प्रदेशांवर बौद्धधर्माचा प्रभाव आजही दिसून येतो. पाठशाळा निर्माण केल्या. अशा अनेक लोकोपयोगी कामांमुळे तो भारतातल्या लोकांना आदरणीय ठरला.

सम्राट अशोकाचा महाराष्ट्राशीही संबंध आलेला होता. त्याचे प्रचारक महाराष्ट्रातही आलेले दिसतात. तसेच त्याने सर्वत्र स्तूपांची उभारणी केली होती, त्यांतला एक स्तूप महाराष्ट्राच्या वाट्याला आलेला आहे. हा स्तूप शूर्पारक (म्हणजे सध्याचे, मुंबईजवळचे पश्चिम रेल्वेवरचे नाला सोपारा) येथे उभारला गेला. आजही हा स्तूप अस्तित्वात आहे, आपण तो पाहावाच पाहावा.

✱✱

पुष्यमित्र शुंग

(राज्यकाल इ. स. पू. १८७ ते १५१)

पुष्यमित्र शुंग हा आमच्या अभिमानाचा विषय आहे. पुष्यमित्रामुळे आमच्या देशाची मान ताठ आहे. पुष्यमित्र हे आमच्या इतिहासातील एक अत्यंत ओजस्वी आणि तेजस्वी प्रकरण आहे. पुष्यमित्र हे आमच्या इतिहासाचे एक गौरवास्पद पृष्ठ आहे. आधुनिक माणसे ही पूर्वीच्या माणसांच्या खांद्यावरच उभी असतात ना. तसेच! तसे म्हटले तर प्रत्येकजण सामान्यत: "भाष्यकाराते कळत न कळत वाट पुसत" असतोच. म्हणूनच इतिहासात सुवर्णपृष्ठ लिहिणाऱ्या पुष्यमित्राची ही एक सन्मानगाथा अतिसंक्षिप्तपणे...

तो काळ ऐन अंदाधुंदीचा होता. परकीय आक्रमक म्हणजे बुभुक्षित नि अतिरेकी महत्त्वाकांक्षेने प्रेरित झालेले ग्रीक हे भारतावर आक्रमण करून येण्याची नि इथे सुखेनैव राज्य करता येईल अशी सुखस्वप्ने पाहात होते. आमच्या दुर्दैवाने त्यांना येथली परिस्थितीही अतिशय अनुकूल मिळालेली होती. ग्रीकांच्या मनात आले, की अलेक्झाडंरचा आदर्श पुढे ठेवून भारतावर चाल करून जाऊ.

इकडे मौर्य सम्राट दशरथ मौर्य हा पाटलिपुत्र येथे राज्य करीत होता. अतिशय दुबळा असा हा राजा साम्राज्याचा भार पेलण्यास सर्वस्वी अयोग्य होता. एकतर असे दिसते, की अशोकाच्या वेळपासून सैनिकांना काही कामच उरले नव्हते, त्यांची शस्त्रेच काय; पण मनेही गंजून गेलेली होती. शस्त्रविजयापेक्षा धर्मविजय हा श्रेष्ठ खरा पण जोवर जगात क्रूरांच्या वखवखलेल्या नजरा मौजूद आहेत तोवर शस्त्रास्त्रे ही पवित्रच आहेत नि अत्यावश्यकच आहेत. पण... लढाऊखोरपणा नको; पण लढाऊ बाणा हवाच की नाही?

तोच नष्ट झालेला होता. मने पार गंजून गेलेली नि मरगळून गेलेली आणि म्हणूनच परक्यांचे फावलेले... भारतीयांची अशी विकलांग अवस्था पाहाताच डेमिट्रियस हा महत्त्वाकांक्षातिरेकाने पेटलेला ग्रीक आक्रमक पुढे सरसावत मगध साम्राज्याच्या दिशेने निघाला. दुष्ट असे धाष्टर्य तो करीत होता. आता मी पाटलिपुत्राचा सम्राट होणारच अशी निर्लज्ज स्वप्ने पाहात निघालेला तो डिमेट्रियस मध्यंतरीच्या तथाकथित अहिंसेच्या प्रचारामुळे गलितशौर्य झालेल्या भारतीयांना जिंकीत जिंकीत पुढे प्रगती करीत होता. पण कलिंगाचा शूर

राजा खारवेल याने डिमेट्रियसच्या आकांक्षांचा चक्काचूर केला. पण तरीही आसुरी तहान असलेले ते ग्रीक... चिडून गेलेल्या मिनांडर नामक एका ग्रीकाने आक्रमण केलेच. पुष्यमित्र सिंहासनावर बसला, तेव्हा त्याची सत्ता मगधाच्या मध्यभागापुरतीच मर्यादित होती. सनपूर्व १५५ च्या सुमारास यवन राजा मिनँडर याने आक्रमण करीत, कच्छ, सौराष्ट्र व मध्यदेश हे प्रदेश घेऊन मथुरा व साकेत ही नगरेही घेतली. परंतु पुष्यमित्र शुंगाने त्याला गाठले नि त्याच्या महत्त्वाकांक्षेच्या ठिकऱ्या-ठिकऱ्या उडविल्या.

मिनांडर हा महत्त्वाकांक्षी ग्रीक प्रांतपाल वा राजा होता. वायव्य भारतात त्याचे राज्य होते. शाकल म्हणजे सध्याचे सियालकोट ही त्याची राजधानी होती. त्याचे गांधार (अफगाणिस्तान), वायव्य सीमाप्रांत, पंजाब नि त्याच्याही पलीकडेपर्यंत राज्य पसरलेले होते. आता त्याला आणखी प्रदेशाची हाव

सुटली. मगधाकडे त्याचे लक्ष गेले नि तो त्या दिशेने निघालासुद्धा! त्याच्या आक्रमणाचा श्री पतंजलिमुनींनीही आपल्या 'महाभाष्यात' उल्लेख केलेला आहे. अरुणद् यवन: मध्यमिकाम्। अरुणद् यवन: साकेतम्। (ग्रीकाने चितोडजवळच्या नगरी शहराला आणि साकेत, अयोध्या नगरीला वेढा घातला.) पण मिनांडरचा बेत फसला. कदाचित त्याला वाटले असेल मगधाच्या दुबळ्या दशरथ मौर्याचा सहज पराभव करू. पण त्याचा तर्क साफ चुकला. शूरांचा शूर, वीरांचा वीर नि स्वाभिमानी असा पुष्यमित्र शुंग हा सेनापती आता मगधाचा अधिपती झालेला होता. त्याला मिनांडरचे आक्रमण कसे सहन होणार? त्याने ताबडतोब अयोध्येकडे आपला मोर्चा वळविला नि मिनांडरचा सणसणीत पराभव केला. एवढेच करून तो शूर पुष्यमित्र तिथेच थांबला नाही तर मिनांडरला मागे मागे हटवत हटवत थेट शाकल म्हणजे सियालकोटपर्यंत त्याने त्याला मागे ढकलले. एवढेच नाही, तर जो कोणी मला देशद्रोह्याचे मुंडके आणून देईल त्याला मी शंभर दिनार पारितोषिक म्हणून देईन असेही त्याने घोषित केले, अशी एक कथा आहे.

हा मिनांडर पुढे बौद्ध भिक्षू झाला. आचार्य नागसेन हे त्याचे गुरू. त्यांना मिनांडरने जे प्रश्न विचारले नि नागसेनांनी जी उत्तरे दिली, त्याचे संकलन करून 'मिलिंदपन्हो' (मिलिंदप्रश्न) नामक एक अत्यंत महत्त्वाचा ग्रंथ रचण्यात आला. त्या ग्रंथास आजही मान आहे. मिलिंद हे मिनांडर ह्या ग्रीक नावाचे भारतीयकरण होय. त्यानंतर पुष्यमित्राने अश्वमेध यज्ञ केला. त्या यज्ञाचा अश्व बरोबर घेऊन अग्निमित्राचा पुत्र वसुमित्र हा दिग्विजय करीत असता सिंधू नदीच्या तीरावर त्याचा यवनांशी संघर्ष झाला. त्यात वसुमित्राने यवनांचा पराभव केला.

ग्रीकांचा पराभव केल्यानंतर पुष्यमित्राचे साम्राज्य, पंजाबातील जालंधरपर्यंत प्रस्थापित झाले. विदिशा ही नगरीही त्याच्या साम्राज्यात होती. पुष्यमित्र हा चंद्रगुप्त, अशोक अशा सम्राटांच्याच मालिकेतला एक श्रेष्ठ सम्राट होता. सम्राटपदाचा अभिषेक करवून घेतल्यावरही तो स्वतःला 'सेनापती पुष्यमित्र' असेच म्हणवीत असे. यावरून राजा हा प्रजेचा स्वामी नसून सेवक आहे, अशी त्याची दृढ धारणा असावी, असे दिसते. त्याने पाटलिपुत्राचे सिंहासन

हे सैनिकी क्रांतीच्या मार्गाने मिळविले असले, तरी एकदा राजदंड स्वीकारल्यावर त्याने सदैव सैनिकी सामर्थ्याचे प्रदर्शन केले नाही. उमदेपणाही त्याच्या ठिकाणी वास करीत होता. त्याने देशद्रोही लोकांची कत्तल केली असली, तरी कोण्याही सज्जन परधर्मीयाला त्रास दिला नाही. बौद्ध धर्मातील अहिंसा तत्त्वाविषयी सर्वांनाच आदर. पण शत्रूचे त्यामुळे फावता कामा नये, असे त्याचे ध्येय होते.

पुष्यमित्र हा शिवभक्त होता. वैदिक धर्माची पुन:प्रतिष्ठा करणे, हेच त्याचे प्रधान जीवितकार्य होते. त्यात तो पूर्णत: यशस्वी झाला, असे इतिहासावरून कळते.

पुष्यमित्र हा शुंगवंशातला नि भारतवर्षातलाही एक श्रेष्ठ राजा. ह्या शुंगवंशाविषयीची खूपशी माहिती मिळत नाही. पण जी काही माहिती मिळते, त्यावरून ह्या शुंगवंशाने भारताच्या इतिहासात महान कामगिरी केलेली आहे हे स्पष्ट दिसते. पहिली गोष्ट म्हणजे ग्रीकांचा पाडाव. दुसरी गोष्ट म्हणजे वैदिक धर्म नि यज्ञधर्म ह्यांचे पुनरुज्जीवन. तिसरी गोष्ट म्हणजे वैदिक धर्म नि भक्तिसंप्रदाय ह्यांचा समन्वय करून तो लोकप्रिय करण्यासाठी पुराणे निर्माण झाली. या काळात संस्कृत ही राजभाषा होऊन तिचे महत्त्व वाढले.

वास्तुविद्येत शुंगकालीन शिल्प हे विशेष उल्लेखनीय आहे. पुष्यमित्राला बौद्धविरोधक असे एके ठिकाणी म्हटलेले आहे; पण ते साफ चूक आहे. सांची येथे सम्राट अशोकाने बांधलेल्या स्तूपाभोवती जे सुंदर कठडे आणि त्यांची दगडी तोरणे आहेत, ती शिल्पे याच कालात निर्माण झाली. सांची आणि भरहूत येथील कठड्यांवरील मूर्ती शुंगकालीन मूर्तिशिल्पात सर्वोत्कृष्ट आहेत. भगवान श्री गौतम बुद्धांच्या जीवनातील प्रसंग तिथे कोरलेले दिसतात. तिथल्या यक्ष-यक्षिणी आणि देवता ह्यांच्या पूर्णाकृती प्रतिमाही प्रेक्षणीय आहेत.

असा हा शुंग वंश भारतात ठसा उमटवून गेला. पुष्यमित्राने सुमारे छत्तीस वर्षे (सनपूर्व १८७-१५१) राज्य केले. महान आचार्य नि महाभाष्यकार पंतजली त्याचे समकालीन होते. त्यांनी पुष्यमित्राच्या यज्ञाचे पौराहित्य केले

असावे. कालिदासाच्या ‘मालविकाग्निमित्र’ नामक नाटकात पुष्यमित्राने केलेल्या अश्वमेध यज्ञाविषयी माहिती आहे. विशेषत: वसुमित्राचा दिग्विजय व यवनाशी संघर्ष याचे वर्णन त्यात केलेले आहे.

महान पतंजलींनी पुष्यमित्राच्या यज्ञात पौरोहित्य केले त्यावरूनही पुष्यमित्र किती मोठा होता, हे कळते. पतंजली हे भारतातील एक अत्यंत श्रेष्ठ व्यक्तित्व होय. सर्वश्रेष्ठ पाणिनींच्या व्याकरणावर त्यांनी भाष्य म्हणजे विवरणात्मक ग्रंथ लिहिला; तो इतका महान ठरला, की त्याला ‘महाभाष्य’ असे म्हणू लागले. सध्या साऱ्या जगभर योगविद्येला प्रचंड महत्त्व प्राप्त झालेले आहे. त्या योगविद्येचे ते एक प्रमुख प्रणेते होत. सध्या आयुर्वेदालाही जगभर मान्यता मिळत आहे. त्या आयुर्वेदातल्या ‘चरक’ परंपरेचे ते जनक आहेत. एका व्यक्तीने तीन भिन्न विषयांत प्रभुत्व प्राप्त करावे नि आजपर्यंत ज्यांची प्रसिद्धी आहे, त्या पतंजलींचे माहात्म्य अद्‌भुतच म्हटले पाहिजे.

स्वातंत्र्यवीर वि. दा. सावकरांनी पुष्यमित्राचा अतिशय गौरव केलेला आहे. ‘सहा सोनेरी पाने’ या ग्रंथात त्यांनी पुष्यमित्राला यवनान्तक म्हणजेच ग्रीकांचा अंत करणारा अशी सार्थ पदवी देऊन पुष्यमित्राने भारतीय इतिहासातील दुसरे सुवर्ण पान लिहिले, असा त्याचा महान सन्मान केलेला आहे.

इ.स.पू. १९० ते १८० ह्या काळात ग्रीक आक्रमकांना पुष्यमित्राने पार सिंधुपार हाकलून दिले. तिकडे म्हणजे गांधार आणि बाल्हिक देशांत (बॅक्ट्रियामध्ये) काही ग्रीक राज्ये तग धरून होती. पण मध्य आशियातून शक आक्रमकांचा प्रचंड लोंढा येताच ते ग्रीक लोक परत भारतात आले पण आक्रमक म्हणून नव्हे तर शरणार्थी, निर्वासित म्हणून!

**

महाराज खारवेल

(इ. स. पू. दुसरे शतक)

प्राचीन भारतातील जे काही राजे थोडे अप्रसिद्ध वा उपेक्षित राहिले, त्यांत खारवेल एक प्रमुख राजा होय. सम्राट अशोकाच्या वेळी कलिंग देशाचा प्रमुख उल्लेख आलेला होता, त्याच कलिंगदेशाचा खारवेल हा राजा होय. चेदी हे त्याचे घराणे होय. आजही आपल्याला खारवेलासंबंधीची माहिती वाचता येईल. प्रवास करीत करीत आपण ओडिसातील भुवनेश्वरापासून सुमारे अकरा कि. मी. उदयगिरी-खंडगिरी नामक दोन पर्वत आहेत तेथे जाऊ. तेथील हाथीगुंफा लेण्यांतील एका शिलालेखात कलिंगनरेश खारवेल ह्याच्याविषयीची माहिती आपणास आजही पाहाता येईल.

वयाच्या सोळाव्या वर्षी तो युवराज झाला. पंचविसाव्या वर्षी कलिंग देशाच्या सिंहासनावर तो बसला. कलिंगचक्रवर्ती ही त्याची पदवी. तो निष्ठावंत असा जैनधर्मानुयायी होता.

महाराजपद मिळाल्यानंतर तो विजयासाठी निघाला. आक्रमण करून थेट कृष्णानदीपर्यंत तो पोहोचला. याच वेळी महाराष्ट्र-आंध्रमध्ये सातवाहन वंशातील सातकर्णींचे राज्य होते. त्याच्याशी खारवेलाचे चांगले संबंध होते, असे दिसते.

राजवटीच्या चौथ्या वर्षी खारवेल विदर्भावर चालून आला. त्याने राष्ट्रिक आणि भोजक ह्यांचा पराभव केला. राज्याभिषेकाच्या आठव्या वर्षी त्याने बराबर डोंगरावरील गोरथगिरी जिंकला. त्यानंतर मगध म्हणजे बिहारमधील राजगृहावर स्वारी केली. खारवेलच्या पराक्रमाच्या या वार्ता पसरत गेल्या नि मध्य प्रदेशावर आक्रमण करू पाहणारा एक ग्रीक राजा पळून गेला.

खारवेलाने ह्या विजयाप्रीत्यर्थ राजसूय यज्ञ केला.

राजवटीच्या अकराव्या वर्षी खारवेलाने दक्षिणेकडे आपला मोर्चा वळविला. मच्छलीपट्टणच्या राजाची राजधानी पिथुड त्याने जिंकली.

खारवेलाच्या मनात एक गोष्ट अतिशय डाचत होती. पूर्वी नंद आणि मौर्य राजांनी कलिंगदेशावर आक्रमणे केलेली होती. त्याचा अतिशय राग खारवेलाच्या मनात होता. ह्या आक्रमणांचा सूड घेण्यासाठी त्याने मगधावर हल्ला चढविला

नि खूप धन लुटून आणले. पूर्वी एका नंदराजाने कलिंगातून काही जैन मूर्ती पळवून नेल्या होत्या, त्याही खारवेलाने परत मिळवून आणल्या.

खारवेल नुसताच योद्धा नव्हता. तो उत्तम प्रशासकही होता. कालव्यांचे महत्त्व त्याने जाणले होते. एका जुन्या कालव्याची रुंदी त्याने वाढविली. त्याची राजधानी कलिंगनगरी एका वादळामुळे उद्ध्वस्त झालेली होती. ती त्याने पुन्हा उभी केली. कुमारीपर्वतात अनेक गुंफा खोदविल्या.

त्याची दृष्टी फारच विशाल होती. अखिल भारतातील जैन यति-मुनींचे एक संमेलन खारवेलने भरविले. त्या वेळी जैन संघाने त्याला 'भिखुराजा, धर्मराजा आणि खेमराजा' ह्या पदव्या दिल्या.

**

समुद्रगुप्त

समुद्रगुप्त हा भारतवर्षातला आणि गुप्त वंशातला एक श्रेष्ठ सम्राट होय. त्याचा काळ आहे इ.स. ३३० ते ३८० किंवा काहींच्या मते इ.स. ३२० ते ३८०. चंद्रगुप्त पहिला नि कुमारदेवी यांचा तो पुत्र होय. समुद्रगुप्ताला आपल्या मातेचा आणि तिच्या लिच्छवी कुळाचा खूप अभिमान होता.

प्रयाग येथील अशोकस्तंभावर समुद्रगुप्ताची प्रशस्ती म्हणजे प्रशंसा कोरलेली आहे. ही प्रशस्ती समुद्रगुप्ताचा महादंडनायक म्हणजे एक अधिकारी जो हरिषेण त्याने रचलेली आहे. त्या प्रशस्तीत समुद्रगुप्ताचे व्यक्तित्व आणि कर्तृत्व यांचे विस्तृत वर्णन केलेले आहे. समुद्रगुप्ताने जे महापराक्रम करून गुप्तांचे साम्राज्य स्थापन केले, त्याचेही वर्णन या 'प्रयागप्रशस्ती'-मध्ये आहे. या प्रशस्तीत समुद्रगुप्ताच्या राजवटीची बहुतेक माहिती मिळते.

समुद्रगुप्ताने अनेक युद्धांत प्रकट केलेल्या रणकौशल्याचे सुंदर वर्णन त्या प्रशस्तीत आहे. यावरून समुद्रगुप्त हा महायोद्धा होता, हे कळते. इतिहासकार तर त्याला 'भारतीय नेपोलियन' म्हणतात. त्याचे कारण हे की त्याची कारकीर्द दिग्विजय करण्यातच गेली. अर्थात पाश्चात्य इतिहासकारांनी दिलेली उपमा पूर्णांशाने बरोबर नाही. एक तर नेपोलियन हा समुद्रगुप्तानंतर चौदाशे वर्षांनी झाला म्हणजे नातवाची उमपा आजोबांना देण्यासारखे हे झाले. दुसरे असे की केवळ साम्राज्यपिपासा हे नेपोलियनचे ध्येय होते, तसे ते समुद्रगुप्ताचे नव्हते. तिसरी गोष्ट अशी की नेपोलियनला शेवटी दारुण अपयश आले. उलट समुद्रगुप्त हा अखंडविजयी होता. चौथी गोष्ट नेपोलियनचा शेवट हा करुण आहे; पण समुद्रगुप्त हा शांति-समाधानानेच निजधामास गेला.

कौटिलीय अर्थशास्त्राप्रमाणे समुद्रगुप्ताचे वर्तन होते. त्याने सतत आक्रमक धोरण स्वीकारले. प्रथम त्याने उत्तर भारतातील चर्मण्वती म्हणजे चंबळ नदीपर्यंतच्या प्रदेशातल्या अनेक राजांचा पराभव करून ती राज्ये आपल्या राज्याला जोडली. पूर्वेकडील बंगाल, आसाम, उत्तरेकडील नेपाळ; आणि पश्चिमेकडील मालव, यौधेय, अर्जुनायन, मद्र, आभीर इत्यादी गणराज्ये समुद्रगुप्ताला आपणहून शरण आली आणि त्यांनी सम्राटाला खंडणी देण्याचे मान्य केले. समुद्रगुप्ताचा महान पराक्रम पाहून गुजरातमधील शक-क्षत्रप आणि अफगाणिस्थानातील कुशाण राजेही भयभीत झाले नि त्यांनी समुद्रगुप्ताशी मैत्रीचे प्रयत्न चालू केले. बरोबरच आहे, श्री समर्थ रामदासस्वामींनी म्हटलेले आहे–

आधी गाजवावे तडाखे
मग भूमंडळ धाके.
ऐसे न करिता धक्के
राज्यास होती।।

अगदी बरोबर आहे हे धोरण! लोक शूरांना मानतात. पुढील काळातील गोष्ट आहे ही! छत्रपती श्री शिवाजीमहाराजांचा भीमपराक्रम पाहून पोर्तुगीज हादरले नि शिवाजीमहाराजांच्या मैत्रीची इच्छा करू लागले. श्रीमंत चिमाजीअप्पा पेशवे ह्यांनी मिळविलेला वसईचा प्रचंड विजय बघून इंग्रजांनाही मराठ्यांच्या मैत्रीची आवश्यकता वाटू लागली.

आता उत्तर भारतात समुद्रगुप्ताचे वर्चस्व, प्रभुत्व स्थापन झालेले होते म्हणून मग त्याने दक्षिणेकडे लक्ष दिले. आता दक्षिणदिग्विजय चालू झाला. समर्थांनी 'झेपावे उत्तरेकडे' असे ''भीमरूपी महारुद्रा'' या श्रीमारुतिस्तोत्रात म्हटलेले आहे. त्यामुळेच उत्तर ताब्यात आल्यामुळे समुद्रगुप्ताने आता 'झेपावे दक्षिणेकडे' असे आपले धोरण ठेवले.

मध्य देशात अरण्यमय प्रदेश खूपच होता, तो त्याने पार केला नि समुद्रगुप्ताने ओरिसामध्ये (उत्कलप्रदेशात) प्रवेश केला आणि बंगालच्या उपसागराच्या म्हणजेच गंगासागराच्या किनाऱ्याजवळ असलेल्या प्रदेशातून तो तमिळनाडूमधल्या कांची नगरीपर्यंत गेला. दक्षिण भारतातील बाराहून

अधिक राजांचा त्याने पराभव केला, त्यांना बंदी (कैदी) बनविले. पण समुद्रगुप्त दूरदृष्टीचा होता. आपल्या राजधानीपासून एखाद्या दूरच्या प्रदेशावर स्वतःची सत्ता चालविणे कठीण आहे हे त्याने ओळखले नि त्या राजांना त्यांची राज्ये त्याने परत केली. ते राजे गुप्तांचे सामंत (मांडलिक) म्हणून राहिले. भारतीय महासागरातील काही द्वीपे म्हणजे बेटेही त्याने जिंकली

किंवा तिथले राजे त्याला शरण आले. त्यावरून समुद्रगुप्ताचे नौकादलही असावे, असे वाटते. समुद्रगुप्ताने आपले नाव सार्थ केले हे खरे. फार थोड्या राजांचे समुद्राकडे, नौदलाकडे लक्ष असे. म्हणूनच समुद्रगुप्ताचे विशेष कौतुक वाटते. पहिल्या चंद्रगुप्त मौर्याचेही नौदल होतेच.

समुद्रगुप्ताच्या साम्राज्यात चार प्रकारचे प्रदेश होते. (१) मुख्य राज्य

म्हणजे उत्तरेला हिमालय, पश्चिमेला यमुना आणि चंबळ ह्या नद्या, पूर्वेला ब्रह्मपुत्रा नदी आणि दक्षिणेला भिलसा (विदिशा) नि जबलपूर यातून जाणारी रेषा या त्याच्या राज्याच्या सीमा होत्या. सम्राटाला साहाय्य करण्यासाठी विविध असे अधिकारी होते. (२) समुद्रगुप्ताच्या राज्याच्या पूर्वेला नि पश्चिमेला असलेली गणराज्ये आणि राज्ये समुद्रगुप्ताची सार्वभौम सत्ता मानीत होती. (३) शक आणि कुशाण ह्यांची राज्ये स्वतंत्र असली, तरी समुद्रगुप्ताची सत्ता मानीत होती. (४) दक्षिण भारतातील बारा राज्ये ही गुप्तांच्या अंकित होती.

श्री परशुरामांचे वर्णन केलेले आहे की, 'इदं ब्राह्मम् इदं क्षात्रम्।' म्हणजे बुद्धिमत्ता आणि शौर्य दोहोतही अग्रेसर. तद्वतच समुद्रगुप्त महापराक्रमी होता तसाच राज्यशासनातही अतिशय कुशल होता. त्यामुळेच तो साम्राज्य स्थापू शकला नि त्याच्या उदार धोरणामुळे ते खूप काळ टिकले नि स्थिर राहिले.

समुद्रगुप्ताच्या अंगी अनेकानेक गुण होते, ही वैशिष्ट्यपूर्ण गोष्ट होय. तो शूर नि राज्यकारभारात हुशार होता. इथेच ही गोष्ट संपत नाही तर तो स्वतः कवी आणि संगीताचा चांगला जाणकार होता. प्रख्यात लेखक श्री. पु. ल. देशपांडे यांनी म्हटलेले आहे, ''एक तरी कला आपल्याला यावी'' या वाक्याचे इथे स्मरण होते. समुद्रगुप्ताने अनेक विद्वानांना आश्रय दिलेला होता. सध्या पर्सनॅलिटी किंवा व्यक्तित्व या शब्दाला खूपच महत्त्व प्राप्त आलेले आहे. समुद्रगुप्ताचे शारीरिक व्यक्तित्व तर उत्तम होतेच; पण त्याचे सद्गुणात्मक व्यक्तित्वही समृद्ध होते. आता राजप्रशस्तीमध्ये काही वेळा केवळ स्तुती किंवा अतिशयोक्ती असते; पण इथे तसे नाही. त्या काळची नाणी, आलेख इत्यादींवरूनही त्याच्या व्यक्तित्वाची कल्पना येऊ शकते.

गुप्तराजे वैदिक धर्माचे अभिमानी होते. प्राचीन वैदिक परंपरेचे त्यांनी पुनरुज्जीवन केले. अर्थात भारत हा सर्व धर्म, पंथ, संप्रदाय, मते ह्यांचा आदर करणारा असल्यामुळे समुद्रगुप्तही धर्मसहिष्णू होता. अन्य धर्मांनाही त्याने उदारतेने साहाय्य केले. श्रीलंकेच्या बौद्ध राजाला त्याने बोधगया येथे बौद्धविहार बांधण्यास अनुमती दिली. पंडित महादेवशास्त्री जोशी म्हणतात,

की श्रीलंकेतील बौद्ध भिक्षूंना बोधगयेत राहाण्यासाठी योग्य स्थान नव्हते म्हणून त्यांनी लंकेचा नृपती मेघवर्ण याच्याकडे तशी मागणी केली. त्या राजानेही त्वरित आपला राजदूत समुद्रगुप्ताकडे पाठविला. समुद्रगुप्ताने तशी अनुमती देऊन लंकाधिपती नि लंकाप्रजानन ह्यांना प्रसन्न केले. प्रख्यात बौद्ध पंडित वसुबंधू हा समुद्रगुप्ताच्या विद्वन्मंडळीत शोभून दिसत असे.

या महाप्रतापी सम्राटाने 'विक्रमांक' ही पदवी धारण केलेली होती. म्हणजेच पराक्रम आहे चिन्ह ज्याचे, प्रताप आहे खूण ज्याची. खरे आहे, जग पराक्रमाला मान देते, भीरुतेला म्हणजे भित्रेपणाला मान देत नाही.

सोने किती महाग असते, याची आपल्याला कल्पना आहे. पण समुद्रगुप्ताची सोन्याची नाणी मिळालेली आहेत हे विशेष होय. दत्तदेवी ही समुद्रगुप्ताची पट्टराणी. तिचाच पुत्र चंद्रगुप्त पुढे गादीवर आला. समुद्रगुप्ताच्या राजवटीत भारतीय विद्या आणि कला ह्यांच्या प्रगतीला प्रारंभ झाला. समृद्धीचे युग चालू झाले आणि सुवर्णयुगालाही सुरुवात झाली.

सम्राट समुद्रगुप्ताने भारतीय संस्कृतीतील अत्यंत उदात्त आणि मंगल विचारांप्रमाणे स्वत:चे आदर्श जीवन आणि कार्य घडवून जगासमोर आदर्श राजा, राज्यव्यवस्था नि साम्राज्य ह्यांचे मानचित्र अजरामर केले. त्याची माहिती तरुण पिढीला राष्टोन्नतीकरिता झटावे, अशी प्रेरणा देईल. डॉ. श्री. वा. सोहोनी म्हणतात, ''समुद्रगुप्त हा सात्त्विक शक्तीचा मोठा आविष्कार होता. विभक्तपणात-पृथक्पणात एकत्व पाहाणे, परस्परांना जोडणारे दुवे पाहाणे हा सात्त्विक याचा एक अर्थ आहे. समुद्रगुप्ताचे संक्षिप्त चरित्र त्या काळी हरिषेण यांने लिहून ठेवलेले आहे. समुद्रगुप्ताचे संस्कृत भाषेवर अपार प्रेम होते. त्याची विद्वत्सभा प्रख्यात आहे. समुद्रगुप्त संयमी होता. जसा रघुराजा!

समुद्रगुप्ताने मोठे सांस्कृतिक परिवर्तन घडवून आणले. त्याने चक्रवर्ती साम्राज्य स्थापन केले. परकीयांची शेरवाणी त्या वेळी भारतात घुसली होती. समुद्रगुप्ताने भारतीय वेषाचा पुरस्कार केला. सुबत्तेचे आणि वैभवाचे प्रतीक असलेल्या श्री देवीचे चिन्ह आपल्या नाण्यांवर कोरविले नि नाण्यांवरचा परकीय प्रभाव नाहीसा केला. समुद्रगुप्ताने बाहेरून आलेल्या सांस्कृतिक प्रवाहाचे उच्चाटन केले. फार मोठा पराक्रम करून चक्रवर्ती राज्याची स्थापना

केली. आसेतुहिमाचल एकात्म राज्य स्थापण्यासाठी त्याने दीर्घ पराक्रम केला. त्याला 'पराक्रमांक' म्हणत. त्याचे शासन लोककल्याणाच्या विविध नियमांस अनुसरून चाललेले होते. समुद्रगुप्ताने मोठा दिग्विजय संपादन केला. पण त्याने लूटमार केली नाही. समुद्रगुप्ताच्या शासनाला नीतिमूल्यांचे बंधन होते. त्याचे शासन लोकांना आनंददायी होते नि त्याची कीर्ती दिगंत पसरत होती. त्याच्या विद्येच्या पुरस्कारामुळे त्याचे यश विशाल झाले होते.

त्याने अनेक दाने दिली. सहस्रावधी गायींचे दान केले. त्याच्या राज्यात शांतता नि सुबत्ता होती. त्याच्या राज्याची संपन्नता नि वैभव एकसारखे वाढत होते. त्याची कीर्ती तीनही लोकांत पसरत होती. भगवान शंकरांच्या जटेतून निघालेली गंगा खाली अवतरते, तिचा स्वच्छ, धवल जलप्रवाह तिन्ही भुवनांना पवित्र करतो, त्याप्रमाणे त्याचे यश सर्वत्र त्रिलोकात पसरत होते.

भारताच्या उज्ज्वल इतिहासातील एका महापराक्रमी, अखंड यशस्वी आणि कल्याणकारी राजाची ही कहाणी अभिमानाने मिरवावी अशीच थोर आहे.

**

चंद्रगुप्त दुसरा

समुद्रगुप्तानंतर त्याचा पुत्र चंद्रगुप्त हा गादीवर आला. त्याचा राज्यकाळ आहे इ.स. ३८० ते ४१३. तो मोठा पराक्रमी होता. त्याने गुप्तसाम्राज्याचा मोठाच विस्तार केला. माळवा आणि सुराष्ट्र ह्या प्रदेशांवर शक क्षत्रपांचे राज्य होते, ते चंद्रगुप्ताने जिंकले आणि आपल्या साम्राज्याची सीमा पश्चिम समुद्राला नेऊन भिडविली. त्यामुळे त्याचा पश्चिमात्य देशांशीही संबंध येऊ लागला.

चंद्रगुप्त गादीवर कसा आला नि पुढे शकांवर त्याने देदीप्यमान विजय कसा मिळविला ह्यासंबंधी स्वा. विनायक दामोदर सावरकरांनी विस्तृत वर्णन केलेले आहे. तर थोडक्यात असे म्हणूया की-

समुद्रगुप्त इ.स. ३८० मध्ये मृत्यू पावला. आपल्यामागे आपले राज्य आपला धाकटा; पण तेजस्वी शूर तरुण पुत्र जो चंद्रगुप्त ह्याला द्यावे अशी समुद्रगुप्ताची इच्छा होती. पण समुद्रगुप्ताची आज्ञा न मानता ''मी वयाने मोठा आहे म्हणून मलाच राज्य मिळाले पाहिजे'' असा हट्ट रामगुप्त ह्याने धरला. पण हा रामगुप्त अत्यंत दुबळा होता नि त्यामुळे त्याचे अधिकारीच त्याचा तिटकारा करू लागले. इतक्यात एक भयंकर घटना घडून आली नि त्यामुळे जनताही बिथरली, अत्यंत संतप्त झाली.

पराक्रमी समुद्रगुप्त गेला नि रामगुप्तासारखा दुबळा राजा सिंहासनारूढ झाला हे पाहिले मात्र, शत्रूचे चांगलेच फावले. इतका वेळ भिऊन, दबून असणारे शक राजे आता निर्भय झाले, उद्दामही झाले. त्यांपैकी अत्यंत दुष्ट नि उर्मट असणाऱ्या एका शकराजाने रामगुप्ताकडे उद्दाम निरोप पाठविला.

'तुझी पत्नी ध्रुवदेवी आम्हाला दे नाहीतर युद्धास सिद्ध हो!' ही अपमानकारक वार्ता सर्वत्र पसरली, मगधाचे प्रजाजन अत्यंत क्रुद्ध झाले.

पण रामगुप्त अगदीच दुर्बळ निघाला. केवळ युद्ध टाळण्यासाठी ही लांच्छनास्पद, अपमानास्पद गोष्ट करण्याचे त्याने ठरविले. आता काय होणार?

पण चंद्रगुप्त जागा होता. चंद्रगुप्त हा रामगुप्ताचा धाकटा भाऊ. त्याला ही गोष्ट अगदी असह्य झाली. तो संतापाने खवळून उठला आणि मग मुत्सद्दीपणे, धूर्तपणे, कूटनीतीचा अवलंब करून त्याने त्या शकराजाला निरोप पाठविला, की आपली आज्ञा प्रमाण! ध्रुवदेवीला आपल्याकडे धाडण्यात येत आहे. पण, पण ती विनयशील, संकोची, लज्जावती आहे. तर ती पडदा सोडलेल्या मेण्यातून येऊ इच्छिते. अर्थात तिच्या दासीही तिच्याबरोबर तशाच पडदे लावलेल्या मेण्यातून येत आहेत. मोहाला बळी पडलेला तो शक राजा, कसलाही मागचा-पुढचा विचार न करता ह्या गोष्टीला सिद्ध झाला.

इकडे सर्व योजना गुप्तपणे शिजल्या. त्या धाडसी, स्वाभिमानी, शूर चंद्रगुप्ताने स्त्रीवेष धारण केला नि तो राणीसाठी असलेल्या मेण्यात जाऊन बसला. त्याच्या बरोबरच्या मेण्यांतून दासी नव्हेत तर निवडक शूर सैनिक स्त्रीवेष घेऊन बसले. ही मेण्यांची रांगच्या रांग शक राजाच्या राजधानीत पोचली. वेडा, उल्लू, अधीर झालेला तो शकराजा स्वत: स्वागतासाठी आला आणि तेवढ्यात हे सारे शूरवीर प्रकट झाले नि डोळ्यांचे पाते लवते न लवते, तोच कुणाच्या काही लक्षात येण्याच्या आत त्या दुष्ट शकराजावर तुटून पडले. चंद्रगुप्ताने त्या शकराजाचा वध केला. बाकीचे मेणेही उघडले गेले. पाहाता-पाहाता ही विजयी सेना सुरक्षितपणे परत निघाली.

हे अद्भुत साहस नि राष्ट्राच्या शत्रूला प्रायश्चित्त मिळाले, ही वार्ता पाटलिपुत्रात-राजधानीत येऊन पोचली. सारी राजधानी चंद्रगुप्ताच्या जयजयकाराने दुमदमून गेली. आता चंद्रगुप्त सम्राटपदी आरूढ झाला. ध्रुवदेवीशीच त्याने विवाह केला आणि मग त्या दुष्ट, परकीय शत्रूंवर शकक्षत्रपांवर चालून जायचे, असे चंद्रगुप्ताने ठरविले. 'परक्यांची या टाकू पुसुनी येथिल नावनिशाणी' हेच जणू आता त्याचे ध्येय होते.

गुजरात ते माळवा अशी शकराज्ये पसरलेली होती. आपले राज्य जाणार ह्या आशंकेने ती प्रतिकारासाठी उठली; पण चंद्रगुप्ताच्या कुशल नि

धडाडीच्या नेतृत्वाखाली भारतीय सैन्याने त्या शकांचा पार धुव्वा उडविला. शेवटच्या लढाईत तर शकांचा उरला सुरला राजा जो शकक्षत्रप सत्यसिंहाचा पुत्र त्या क्षत्रप (राज्यपाल) रुद्रसिंह ह्यालाच रणांगणावर गाठून चंद्रगुप्ताने स्वहस्ताने त्याला ठार केले.

शकांचा पूर्ण बीमोड झाला. सिंध, कच्छ, सौराष्ट्र, उर्वरित गुजरात, माळवा सारे प्रांत चंद्रगुप्ताच्या साम्राज्यात समाविष्ट झाले. आणि इतके दिवस शकांची राजधानी असलेल्या उज्जयिनी नगरात विजयी चंद्रगुप्ताने प्रवेश केला. तेथे मोठा राष्ट्रीय महोत्सव साजरा झाला.

दिल्ली येथील विष्णुस्तंभ म्हणजे कुतुबमिनारजवळच्या लोहस्तंभावरील आलेखावरून कळते, की पूर्वेकडील वंग (बंगाल) आणि पश्चिमेकडील सिंध एवढा विशाल पट्टा वा भूभाग त्याने आपल्या साम्राज्यात आणला होता. बाल्हीक म्हणजे बल्ख प्रदेशही त्याने जिंकला होता. अफगाणिस्तानच्या उत्तरेला वंक्षू म्हणजे ऑक्सस नदीच्या दक्षिण तीरावर हा बाल्हिक म्हणजे बल्ख प्रदेश आहे.

चंद्रगुप्ताने विक्रमादित्य ही पदवी धारण केली होती. किती सुंदर आहे

ही पदवी! विक्रम म्हणजे पराक्रम नि आदित्य म्हणजे सूर्य. म्हणजेच पराक्रमाचा सूर्य. माणसे पराक्रमावर प्रेम करतात, दुबळेपणा, भित्रेपणा यावर नव्हे, कचखाऊपणावर नव्हे. मराठीत एक प्रसिद्ध गाणे आहे- ''शूरा मी वंदिले.'' लोक वीरांना मानतात, त्यांना अभिवादन करतात, भित्र्यांना नाही. म्हणूनच विक्रमादित्य चंद्रगुप्त हा आमचा आदर्श आहे.

ध्रुवदेवी आणि कुबेरनागा ह्या त्याच्या दोन राण्या. कुबेरनागा ही नागवंशातील होती. नाग नावाचा एक राजवंश मध्यदेशात राज्य करीत होता. त्याचे राज्य कदाचित महाराष्ट्रातही असावे किंवा नागांची वस्ती महाराष्ट्रातही होती, हे नागपूर, नागोठणे, नागठाणे, नागझरी आदी नावांवरून कळते. असो. तर ह्या वंशातील कुबेरनागा हिच्याशी चंद्रगुप्ताचा विवाह झालेला होता. तिचीच कन्या म्हणजे प्रसिद्ध प्रभावती गुप्ता होय. तिचा विवाह वाकाटक राजा रुद्रदेव याच्याशी झाला होता. पुढच्या काळातील छत्रपती श्री शिवाजीमहाराजांसारखेच हे धोरण दिसते. महाराजांना आठ राण्या होत्या. त्याचा अर्थ त्यांनी आठ प्रबळ घराण्यांशी संबंध जोडलेले होते. तर चंद्रगुप्ताने नाग आणि वाकाटक ह्या महत्त्वपूर्ण नि बलवान राजघराण्यांशी ह्या विवाहाच्या निमित्ताने संबंध जोडले आणि थोडक्यात चांगले मित्र मिळवले.

चंद्रगुप्ताची चांदीचीही नाणी सापडलेली आहेत. त्याच्या एका बाजूवर राजचिन्ह गरुड आहे. गरुड हे चिन्ह गुप्तांनी स्वीकारले होते. एक तर गुप्त राजे वैष्णव होते. त्यामुळे श्रीविष्णूचे वाहन गरुड हे त्यांचे राजचिन्ह असणे स्वाभाविकच आहे. दुसरे म्हणजे गरुड म्हणजे गरुडझेप, गरुड म्हणजे गरुडभरारी. गरुड हा पक्षिश्रेष्ठ आहे. तेव्हा गुप्तांचे गरुड हे राजचिन्ह योग्यच ठरले. नाण्याच्या दुसऱ्या बाजूवर 'परमभागवत महाराजाधिराज चन्द्रगुप्त' हे शब्द कोरलेले आहेत. परमभागवत म्हणजे परमवैष्णव.

शकांचा पराभव केल्यावर चंद्रगुप्त विक्रमादित्याने उज्जयिनी येथे दुसरी राजधानी स्थापन केली. एक कारण म्हणजे ही महान नगरी साम्राज्याच्या मध्यभागी होती आणि तेथून राज्यशासन चालविणे हे सोपे जाणार होते. शकांचा पराभव करून चंद्रगुप्त उज्जयिनीत आला, तेव्हा त्याचे मोठेच

स्वागत तिथे झाले नि उज्जयिनी नगरीत एक महोत्सवही साजरा झाला, हे मागे सांगितलेच.

श्रीविक्रम, अमितविक्रम, सिंहविक्रम अशाही अन्य पदव्या चंद्रगुप्ताने धारण केल्या होत्या नि ह्या पदव्या त्याला पूर्णतया शोभून दिसत होत्या. नाव सोनूबाई हाती कथलाचा वाळा असा हा प्रकार नव्हता. तर जसे नाव तशी कृती वा जशी कृती तसे नाव असा हा प्रकार होता. चंद्रगुप्त हाही पित्याप्रमाणेच–समुद्रगुप्ताप्रमाणेच महापराक्रमी योद्धा आणि विद्याप्रेमी होता. त्याच्या पदरी अनेक गुणिजन नि कवी होते. भारतातील सर्वश्रेष्ठ कवी, कविकुलगुरू कालिदास हा चंद्रगुप्ताच्याच पदरी होता, असे एक मत आहे.

✱✱

सम्राट हर्षवर्धन
शकुन की अपशकुन?

मध्ययुगाच्या प्रारंभीचा भारताचा एक महान सम्राट म्हणजे हर्षवर्धन. त्याचा काळ आहे इ.स. ६०६ ते ६४७. तो एकदा दिग्विजयासाठी मोठेच सैन्य घेऊन निघण्याची तयारी करीत होता. प्रचंड सैन्य समोर उभे होते. प्रचंड उत्साह होता, जिंकण्याची प्रचंड आकांक्षा होती. चैतन्य पसरले होते. राजा हर्षवर्धनाने विजयी मुद्रेने हात वर केला, आणि... आणि एवढ्यात

त्याच्या हातातली सोन्याची अंगठी एकदम जमिनीवर पडली. आणि सैनिकांच्या मनात एकदम अशुभाची पाल चुकचुकली, सर्वांचे चेहरे पडले, आता कसलं काय न् कसलं काय? आपला निश्चितच पराभव होणार, असं त्या शूर; पण भोळ्या सैनिकांना वाटू लागलं. अतिशय चाणाक्ष अशा हर्षवर्धनाच्या ही गोष्ट तात्काळ लक्षात आली. हाच क्षण फार महत्त्वाचा आहे, तो सांभाळला पाहिजे हे त्या हुशार, हिम्मतवान, हिकमती हर्षाच्या ध्यानात आलं, सैनिकांचं मनोधैर्य, नीतिधैर्य सांभाळणे ही फार महत्त्वाची गोष्ट आहे, हे लक्षात घेऊन तो मोठ्याने म्हणाला, ''सैनिकहो, फार उत्तम गोष्ट घडलेली आहे.'' सैनिक एकमेकांकडे आश्चर्याने पाहू लागले.

''सैनिकहो, ही जी माझी अंगठी जमिनीवर पडली त्यामुळे त्या अंगठीवरची माझी मुद्रा, माझे चिन्ह, माझा शिक्का त्या जमिनीवर उमटलेला आहे. ह्याचाच अर्थ आपण जिथे-जिथे जाऊ, त्या-त्या जमिनीवर आपल्या नावाचाच, आपल्या विजयाचाच शिक्का, चिन्ह, खूण उमटणार आहे. द्या विजयाची ललकारी, करा विजयाचा पुकार आणि हाकारा आपापली वाहनं!''

हे चैतन्ययुक्त बोलणं ऐकलं मात्र... काय झालं पुढे हे काय सांगायला हवं! विजयच विजय, यशच यश!

हर्षवर्धनाचे राज्य विशाल होते. काश्मीरपासून कामरूप म्हणजे आसामपर्यंत नि नेपाळपासून नर्मदेच्या तटापर्यंत तसेच ओडिसातील महेंद्र पर्वतापर्यंत आपली सार्वभौम सत्ता स्थापन केली होती. सामान्यत: नर्मदेच्या उत्तरेकडील भारतावर त्याची सत्ता होती.

✱✱

राणा हंमीर गुहिलोत

(मृत्यू १३६४)

एक महान नृपती. मेवाडच्या प्रख्यात सिसोदिया राणा शाखेचे अरिसिंह ह्यांचा तो पुत्र होय. अल्लाउद्दिन खिलजीने चितोडवर क्रूर असे आक्रमण केले. रजपूत सैनिक कमालीच्या शौर्याने लढले पण अगदी निरुपाय झाला. २८ जानेवारी १३०३ ला अल्लाउद्दिनाची चितोडवर राक्षसी धाड पडली. चितोडवर प्राणांतिक संकट आले. "गढमें गढ चितोड गढ, और बाकी सब गढियाँ" अशी त्याची ख्याती होती. रजपुतांची चितोडवर अयोध्येइतकी भक्ती होती.

रजपुतांनी केसरिया बाणा प्रकट केला. म्हणजे केशरी रंगाचा वेष धारण करून मारू किंवा मरू या बाण्याने ते लढू लागले. घराणीच्या घराणी ठार होऊ लागली. खुद्द राजा रत्नसिंह रावळ ठार झाला. सिसोद्याचा राजा लक्ष्मणसिंह आपल्या आठही पुत्रांसह लढत होता. त्यांच्यापैकी अजयसिंह नावाचा एक पुत्र भयंकर जखमी होऊन पडल्यामुळे रजपुतांनी त्याला उचलून सुरक्षित स्थळी नेले. तो अजयसिंह वाचला. बाकीचे सात भाऊ आणि वडील लक्ष्मणसिंह ठार झाले. सहस्त्रावधी रजपुतांनी 'चितोड चितोड' करीत रणांगणावर देह ठेवले. अखेर चितोडगड पडला. शिवशाहीर बाबासाहेब पुरंदरे म्हणतात, रजपुतांची अयोध्या बुडाली.

एवढ्यात, चितोडच्या शिखरावर एकदम धुराचे प्रचंड लोट उठले! हा धूर कशाचा? हा धूर यज्ञाचा! सहस्त्रो तरुण आणि सुंदर रजपूत महिलांच्या आत्मयज्ञाचा हा धूर! रजपूत कुळांच्या प्रतिष्ठेकरिता आणि पावित्र्याकरिता रजपूत युवतींनी स्वत: होऊन हा यज्ञ चेतविला आणि त्यात उड्या टाकल्या!

चितोडचा हा पहिला जोहार! (२५ ऑगस्ट १३०३)

क्रूर अल्लाउद्दिन गडात घुसला. सर्व सुंदर तरुणींनी आग भडकावून त्यात उड्या टाकल्याचे त्याला समजले. एकही स्त्री त्याच्या हाती लागली नाही. सर्व स्त्रिया जळत होत्या. अल्लाउद्दिन भयंकर चिडला. त्याने गडावरच्या आबालवृद्धांची - तीस हजार जणांची कत्तल केली.

पुढे अजयसिंह वाचला नि सिसोदे येथील जहागिरीचा मालक झाला. त्याला सज्जनसिंह आणि क्षेमसिंह असे दोन पुत्र होते. अजयसिंहाला कळले की अरिसिंहाचा पुत्र हंमीर जिवंत आहे तेव्हा त्याने हंमीरला आपल्याकडे बोलावून घेतले.

याच वेळी जोधपूर भागात मुंजा नावाच्या रजपुताने लूटमार चालविली होती. त्याचा बंदोबस्त करण्यासाठी अजयसिंहाने सज्जनसिंह नि क्षेमसिंह या आपल्या पुत्रांना पाठविले. पण मुंजाचा बंदोबस्त होऊ शकला नाही. शेवटी अजयसिंहाने आपला पुतण्या जो हंमीर तो वयाने लहान होता पण वीर प्रकृतीचा असल्यामुळे त्याला मुंजाचा बंदोबस्त करण्यात पाठविले. छोट्या शूर हंमीरने सामेरी गावात जाऊन सरळ मुंजाचे डोके कापले नि आपल्या चुलत्यापुढे आणून ठेवले. अजयसिंह अत्यंत प्रसन्न झाला नि आपला उत्तराधिकारी म्हणून रक्ताचा टिळा हंमीरच्या कपाळी लावला. त्यामुळे संतापून जाऊन सज्जनसिंह आणि क्षेमसिंह मेवाड सोडून दक्षिणेकडे चालते झाले. असे म्हणतात की याच सज्जनसिंहाच्या वंशात पुढे शिवाजीमहाराजांचा जन्म झाला. मुधोळचे घोरपडे यांच्यापैकीच.

अजयसिंहानंतर हंमीर हा सिसोद्याचा राजा झाला. अत्यंत शूर, धाडसी नि निर्भय असा हा राजा! मेवाड हा रजपुतांचा श्रद्धाबिंदू होता. तो परक्यांच्या हातात आहे ही कल्पनाही हंमीरला सहन होणे शक्य नव्हते. याच वेळी दिल्लीत सत्तेसाठी बखेडे माजले होते. निर्भय हंमीरसिंहाने चितोड आपलेसे केले नि मेवाडवर पुन्हा गुहिलवंशाची सत्ता चालू झाली. (१३२६ चा सुमार).

फितुरी हा आम्हाला शापच आहे. ज्या मालदेवाकडून हंमीरने चितोड घेतले होते त्या मालदेवाचा पुत्र जेसा थेट दिल्लीला गेला नि दिल्लीचा

सुलतान मुहम्मद तुघलक याला घेऊन आला. गेली कित्येक वर्षे यवनांचाच विजय होत होता नि हिंदू लढाई हरत होते; पण राणा हंमीरने कमाल कमाल केली. अत्यंत शूर, कडव्या, धाडसी नि कधीही न घाबरणाऱ्या हंमीरने लढाईत बादशाही सैन्याचा सणसणीत पराभव केला. एवढेच नव्हे तर खुद्द बादशहालाच कैद करण्यात आले. शाब्बास रे हम्मीर शाब्बास! दिल्लीच्या बादशहाला चितोड येथे तीन महिने कैदेत राहावे लागले नि शेवटी पन्नास लाख रुपये, शंभर हत्ती आणि काही प्रदेश देऊन स्वतःची सुटका करून घ्यावी लागली असे रजपुतांचा इतिहासकार कर्नल टॉड म्हणतो. सिंगोली गावाच्या आसपास झालेल्या लढाईने हंमीरना मेवाडचे राज्य प्राप्त झाले. मोठाच विजय मिळाला. त्याचा परिणाम असा झाला की राजा मालदेवाचा तिसरा पुत्र दिल्लीच्या बादशहाची सेवा करीत होता तो आता अतिशय प्रभावित होऊन हंमीरकडे आला. असा हा हम्मीर यांचा प्रभाव. राणा हम्मीर यांनी चितोड येथील अन्नपूर्णेचे मंदिर नि कुंड बांधले.

असो. अशा विजयशाली इतिहासामुळे भविष्यकाळ घडविण्याची संधी मिळते.

**

महाराणी पद्मिनी - २६ ऑगस्ट

२६ ऑगस्ट १३०३ भाद्रपद शुद्ध १४ शके १२२५ या दिवशी पंधरा सहस्र रजपूतदेवींनी विटंबनेपासून मुक्त व्हावे, यासाठी जोहार करून आत्मबलिदान केले होते.

आता राणा भीमसिंह, महाराणी पद्मिनी, राणा लक्ष्मणसिंह, श्रीमहाराणा प्रतापसिंह, श्रीशिवाजीमहाराज हे नवीन युगात मागे पडणार की काय, अशी चिंता वाटते. हळूहळू शिवाजीमहाराज सोडले तर यांची इतिहासात नावेसुद्धा येणार नाहीत. मग मोकल, गोऱ्हा, बादल, लाछित बडफुकन, वसंतकुमार विश्‍वास, रामरक्खी, वांचि अय्यर यांची नावे येणे तर फार दुर्घट झालेले आहे. देशशत्रूंची, गुलामीची, आपल्या अपमानाची मात्र पाने भरभरून वर्णने आहेत.

महाराणी, वीरांगना पद्मिनी यांची माहिती मिळविताना फार प्रयास पडले, ही शोकन्तिका आहे. शेवटी डॉ. श्री. व्यं. केतकरकृत महाराष्ट्रीय ज्ञानकोश नि राजपूत राज्ये संस्कृती लिहिणारे श्री. हरिहर वामन देशपांडे आदींचा कृतज्ञतापूर्वक उल्लेख करतो.

पुणे महापालिकेने संगमपुलाजवळील चौकाला "राजपुतानी महाराणी पद्मिनी चौक" असे नाव ठेवून कृतज्ञता व्यक्त केलेली आहे. असो. कोशकार डॉ. श्री. श्री. व्यं. केतकर यांच्या भाषेत असे म्हणूया... महाराणी पद्मिनी ह्या सिंहोलीच्या हमीरसिंग राजाच्या कन्यका, चितोडचा राणा लक्ष्मणसिंग याचा चुलता भीमसिंग यांची पत्नी. ह्या अतिशय सुंदर होत्या. म्हणून अल्लाउद्दीन खिलजीने लोभाने चितोडवर स्वाऱ्या केल्या होत्या. पहिल्या स्वारीत पुष्कळ दिवस वेढा देऊनही त्याच्या हाती चितोड पडेना, तेव्हा एकदा पद्मिनींना पाहून मी परत जाईन असा त्याने निरोप पाठविला. आरशांत त्यांचे दर्शन

तुम्हाला मिळेल असे भीमसिंगाने सांगितले. त्याप्रमाणे अल्लाउद्दीन थोड्या लोकांसह गडात गेला व त्याने पद्मिनींचे आरशात दर्शन घेतले. परत निघताना विश्वासाने पोचवावयास आलेल्या भीमसिंगास किल्ल्याबाहेर पडल्यावर त्याने कैद केले आणि पद्मिनी मिळाल्याशिवाय सोडणार नाही असे त्यास सांगितले. हे पद्मिनीस समजताच त्यांनी एक धाडसी युक्ती केली. मी माझ्या

इतमामाप्रमाणे भेटीस येते असे सांगून तिने पडदा असलेल्या ७०० पालख्या तयार केल्या. प्रत्येकीत एक एक निवडक व शूर हत्यारबंद शिपाई होता. प्रत्येक पालखीचे सहा भोईही हत्यारे लपविलेले शिपाईच होते. नेमलेल्या वेळी पालख्या अल्लाउद्दिनच्या छावणीत दाखल झाल्या व बादशहाने महाराणी पद्मिनींना पतीला भेटण्यास अर्ध्या तासाचा अवधी दिला. त्याच्या मनात भीमसिंहास ठरल्याप्रमाणे सोडावयाचे नव्हते. परंतु काही रिकाम्या पालख्या किल्ल्यात परत गेल्या. त्यापैकी एकीत बसून तो निसटून गेला. पद्मिनी वास्तविक आल्याच नव्हत्या. वेळ भरल्यावर बादशहाने विचारपूस केली

तेव्हा रजपूत शिपायी बाहेर पडून त्यांनी बादशहाच्या सैन्यावर हल्ला केला. परंतु अखेर त्यांचा पराभव झाला. आपली चांगलीच फजिती झाल्याचे पाहून व दिल्लीस बंडाळी झाल्याचे ऐकून बादशहा वेढा उठवून निघून गेला (१३०३) यावेळी ज्या ७०० रजपुतांनी भीमसिंगास सुखरूप किल्ल्यात जाण्यासाठी बादशहास अडवून धरिले होते त्यांचे मुख्य सरदार दोन होते. ते पद्मिनीच्या माहेरचे असून त्यांची नावे गोऱ्हा व बादल ही होती. त्यांनी अत्यंत पराक्रम करून किल्ल्याच्या दारापाशी आपले प्राण अर्पण केले, परंतु भीमसिंहास सुखरूप आत जाऊ दिले. त्यांच्यावर रजपूत भाटांनी काव्ये केली आहेत. बादल १२ वर्षांचा होता. पुन्हा पुढल्याच वर्षी (१३०४) अल्लाउद्दिनाने चितोडास वेढा दिला. या वेळीही रजपुतांनी लढण्याची कमाल केली. शेवटी आपला उपाय चालत नाही असे पाहून वीरांगना महिलांनी जोहार केला. सर्व पुरुषांनी केशरिया बाणा धारण करून रणांगणात प्राण अर्पण केले.

अल्लाउद्दिनाने चितोड घेतले परंतु ज्यांच्यासाठी त्याने एवढी खटपट केली, त्या महाराणी पद्मिनी जोहारात जळून खाक झाल्या होत्या. रजपुतान्यात पद्मिनींना व त्यांच्याबरोबरच गोऱ्हा व बादल यांनाही फार पूज्य मानितात. त्यांच्यावर भाट लोकांनी अनेक काव्ये केली आहेत. गडावर अजूनही त्यांचा महाल पडक्या अवस्थेत आहे. किस्से पद्मावती नावाचे एक फारसी काव्य हुसेन गझनीकर याने लिहिले आहे. भाख भाषेत मलिक महंमद यानेही एक काव्य केले आहे. सन १६५२ मध्ये रायगेंद्र गोविंद मुनशी याने तुकफल-उल-कुलुब या फारसी गद्य ग्रंथात तिचे चरित्र दिले आहे. (टॉड - राजस्थान, मेवाड, खोमानरासो, फेरिस्ता, बील).

या देशात पद्मिनीदेवी नि जे अन्य जोहार झाले (अग्रश्रेणी गणराज्य, राजा दाहरची वीरांगना राणी, जैसलमीर दोनदा, मग पद्मिनी, नि राणी कर्मवती, आणि पाचवा जोहार अत्यंत दुर्दैव म्हणजे अकबराच्या वेळी झालेला आहे) ते आम्ही कधी विसरू शकत नाही. आमच्या हृदयावरच झालेला तो आघात आहे.

**

श्रीकृष्णदेवराय

श्रीकृष्णदेवराय! अतिशय महान; पण थोडेसे विस्मृत वा उपेक्षित नाव. विजयनगरच्या हिंदू साम्राज्याचा कर्तृत्वसंपन्न सम्राट. तुळुव वंशातील इम्मडी नरसिंह याचा पुत्र. आईचे नाव नागलादेवी. त्याचे शरीर पिळदार नि भव्य होते. तो पटाईत घोडेस्वार, शूर योद्धा नि कुशल सेनानी होता. साहित्याचार्य म. म. बाळशास्त्री हरदास यांनी त्याचे सुरेख वर्णन केलेले आहे. कृष्णदेवराय यांचा राज्यकाल आहे, १५०९ ते १५३०. पराक्रम, विद्वत्ता, राजकारण, प्रजाप्रेम, गुणग्राहकता, कलाप्रीती, वैभव आदी अनेक गुण त्याच्या ठिकाणी असून, तो चंद्रगुप्त, अशोक, समुद्रगुप्त, हर्षवर्धन आदी सम्राटांच्या योग्यतेचा होता. कृष्णदेवरायाने वेळोवेळी काढलेल्या राजाज्ञा आजही मननीय आहेत. ‘‘सैन्य बाळगणे, देव-विद्वानांची पूजा करणे या कामी राजाने अवश्य खर्च करावा; टाकी आणि तलाव बांधून शासनानेच पाण्याची सोय केली पाहिजे. गरीब जनतेला जमिनी कमी दराने द्याव्यात, कारण त्यामुळेच अखेर राजकोषात पैशाची भर पडेल. प्रजापालन आणि धर्मपालन ही राजाची कर्तव्ये होत.’’

कृष्णदेवराय गादीवर आला, तेव्हा विजापूरची आदिलशाही आणि ओरिसा यांची संकटे डोकावत होती. प्रथम अन्त:स्थ बंडाळी मोडून काढली आणि श्रीरंगपट्टण जिंकले. आदिलशहाच्या दरबारातील भांडणांचा लाभ उठवून प्रत्यक्ष विजापूरवरच चढाई केली. शत्रूच्या अडचणींचा लाभ उठवता येत नाही तो मुत्सद्दीच नव्हे. सम्राट कृष्णदेवरायांचा दरारा असा की, सम्राट आलेला पाहताच शिबंदी पळून गेली. विजापूरचा सुलतान ज्यावरून नित्य भांडणे काढीत, असे ते मुद्‌गल, रायचूर हे दुर्ग आणि रायचूरचा दुआब, केवळ दराऱ्यानेच प्राप्त झाले. याला म्हणतात वचक. मग उदयगिरीवर

विजय. नंतर कल्याणी आणि कल्बुर्गी जिंकून रायाने जमखंडी येथे निजामशहाला पराभवाची धूळ चारली. क्रमाक्रमाने विजयवाडा, कोंडापल्ली, राजमहेंद्री जिंकून मग तेलंगणातील महत्त्वाचे दुर्ग मिळविले. वरंगळचा सुभेदार शिकतखान याला रणात पराजित केले. ओरिसाचा राजा प्रतापरुद्र गजपती याचा पराभव केला.

रायचूर, मुद्‌गल गेल्यामुळे बहामनी राज्याचे नाकच कापले गेले होते. तेव्हा जळफळणारा आदिलशहा चालून आला. भीती, साशंकता असे शब्दच रायाच्या कोशात नव्हते. रायाने आदिलशहाचा लक्षात राहील, असा पराभव केला आणि त्याला विजयनगरच्या साम्राज्याचे मांडलिक बनवावे म्हणून विजापूरच्या सीमेतच आपले सैन्य भिडविले. फिरोजाबाद, सागर लुटून, विजापूर जाळून सभोवतालचा प्रदेश उद्‌ध्वस्त केला. त्यामुळे पुन्हा नऊ-दहा वर्षं काही आदिलशहाला रायाकडे वाकड्या नजरेने पाहण्याचे धैर्य झाले

नाही. पण सापाच्या जातीचा हा आदिलशहा, कृष्णदेवराय आजारी आहे, हे पाहताच रायचूरवर चालून आला. पण कृष्णदेवराय युद्धाला उभा ठाकलाय, हे पाहताच आदिलशहा जीव घेऊन पळत सुटला. कृष्णातीर, कटक, सिंहाचलम्, रायचूर, दक्षिण भारत असे त्याचे मोठे साम्राज्य प्रस्थापित झाले.

पेस नामक परकीय प्रवासी म्हणतो, ''रायाला व्यायामाची विलक्षण आवड होती. कुस्ती नि घोडदौड हे त्याचे आवडीचे विषय. तो जणू पांडवांमधील नकुल आहे. नकुल हा अश्वविद्यापटू होता. कृष्णदेवरायाची प्रजा तेलुगू, तमिळ नि कर्नाटकी अशी विविध होती. पण सर्वांना तो समानतेने वागवीत असे. शत्रूची निर्दयपणे कत्तल, संहार त्याने कधी केला नाही. एका वेळी सहा लक्ष पायदळ, साठ सहस्र अश्वदळ नि दोन सहस्र गजदळ तो उभारू शके.

त्याच्या आयुष्याचा पूर्वार्ध हा साम्राज्य संघटित करण्यात नि उत्तरार्ध हा कला, वाङ्मय आणि शिल्प यांच्या अभिवृद्धीत गेला. तुंगभद्रेवरचा पूल, ठिकठिकाणची खोल तळी ही त्याची लोककल्याणवृत्ती दाखवितात. न्यूनिझ हा परकीय प्रवाशी म्हणतो, ''जमिनीच्या सुधारणेसाठी त्याने नऊ वर्षे जमिनी फुकट दिल्या. अर्थात पुढे खूप वसूल मिळाला. मूरलँड म्हणतो की, ''येथील औद्योगिक प्रगती युरोपपेक्षाही अधिक आहे. कापडाचे विपुल कारखाने नि विपुल खनिजसंपत्ती यांची वर्णने मिळतात. विजयनगरमध्ये सुवर्णचलन प्रचारांत होते. 'वराह' या प्रमुख नाण्यावर वराह-अवताराचे चिन्ह असे. स्वस्ताई होतीच. विजयनगर हे जगातील सर्वांत संपन्न शहर होते. राज्यव्यवस्थेतील दोष शोधून ते नाहीसे करण्याकडे राजाचे लक्ष असे. मुसलमानी स्वाऱ्यांमुळे उद्ध्वस्त झालेली मंदिरे पुन्हा उभारण्यात आली. हिंदू धर्म कळसाला पोहोचला होता. 'गोपुर' हे शिल्पकलेचे त्या वेळचे मोठेच वैशिष्ट्य.'' कृष्णदेवराय स्वत: उत्तम लेखक होता. 'आमुक्तमाल्यदा' हा कृष्णदेवरायाचा प्रख्यात ग्रंथ! त्याकाळी राष्ट्रजीवनाची सारीच अंगे एकंदर समृद्ध व विकसित झालेली होती.

**

महाराणा प्रतापसिंह

महाराणा प्रतापसिंह म्हणजे राजस्थानातील एक अत्यंत स्वाभिमानी नि शूर व्यक्तित्व. अक्षरशः तोड नाही. आज त्यांच्यामुळे आमची मान ताठ आहे. त्यांचा काळ आहे, इ.स. १५४० ते १५९७. राजस्थानच्या सुप्रसिद्ध शिसोदिया कुलात त्यांचा जन्म झाला.

१५७२ मध्ये राणाजींना कुंभलगड येथे राज्याभिषेक झाला. त्या वेळी मेवाडची अगदी दुर्दशा झालेली होती. सततच्या मोंगली आक्रमणांमुळे सारा प्रदेश उजाड नि उद्‌ध्वस्त झालेला होता. बहुसंख्य तरुण युद्धात ठार झालेले होते. पिके शत्रूने जाळून, लुटून फस्त केली होती, गुरा-ढोरांची अन्नान्नदशा झालेली होती. मोठमोठे राजे-महाराजे नि सरदार लाचार झालेले होते. अकबराला शरण गेले होते.

आणि इकडे महाराजा प्रतापसिंहांची स्थिती मोठी अवघड झालेली होती. अरवली पर्वतावरचा दीडशे कि.मी. लांब नि शंभर कि.मी. रुंद एवढाच अल्प प्रदेश प्रतापसिंहांच्या हाती होता. एवढाच छोटासा प्रदेश स्वतंत्र होता. बाकी जवळजवळ सगळा राजस्थान मोगलांच्या ताब्यात गेला होता किंवा मांडलिक झाला होता.

राणाजींच्या स्वाभिमानी मनाला ही दुर्दशा पाहवली नाही. ही दुर्दशा पालटवून महान अशा बाप्पा रावळांच्या वंशाचे वैभव पुन्हा एकदा मिळवले पाहिजे, या विचारांनी राणाजी अगदी भारलेले होते.

पहिली गोष्ट महाराणाजींनी कोणती केली असेल तर अकबरापुढे लाचार झालेल्या सरदार-संस्थानिकांशी त्यांनी कडक असहकार पुकारला. मग प्रतापसिंहांनी आज्ञा काढली, की "आपल्या सगळ्या प्रजाजनांनी शेती

उद्योगधंदे सोडून अरवलीच्या पहाडी प्रदेशात स्थायिक व्हावे.'' उद्देश हा की त्या योगे अकबराच्या सैन्याला अन्न-धान्य नि गरजेच्या वस्तू मिळणार नव्हत्या आणि पहाडी प्रदेशातून अकबराच्या सैन्याची रसद मारून त्याला जर्जर करावे अशी ही योजना होती.

अशा प्रकारे आपल्या प्रजाजनांना प्रतापसिंहांनी वनवासी बनविले. पण महाराणाजी काही स्वत: चैनीत राहिले नव्हते. उलट ते आपल्या प्रजाजनांसह स्वत:ही वनवासी झाले. प्रजेशी ते एकरूप झालेले होते. मऊ-मृदू बिछाना सोडून देऊन ते गवताच्या गादीवर झोपू लागले. महाराणाजींनी गोड पदार्थ, पक्वान्न यांचा त्याग केला आणि कंदमुळे नि फळे यांवर ते उपजीविका करू लागले. भरजरी नि उंची कपडे लोकांना खूप-खूप आवडतात; पण प्रतापसिंहांनी उंची वस्त्रे टाकून देऊन ते सामान्य रजपूत माणसाच्या पोषाखात वावरू लागले. त्यांनी त्याग केला नाही तो केवळ शस्त्रांचा आणि स्वाभिमानाचा. अशा प्रकारे त्यांनी सर्वसंगपरित्याग करून अरवलीच्या पहाडात एक घोर तपश्चर्या प्रारंभिली. प्रतापसिंहांच्या लहान मुलांचे, पत्नीचे खूप-खूप हाल झाले; पण त्या साऱ्यांचा स्वाभिमान ज्वलंत होता.

राजस्थानचे सारे राजे आपल्याला शरण आले; पण मेवाडचे महाराणा प्रतापसिंह शरण येत नाहीत ह्याचे अकबराला अतिशय वैषम्य वाटले. आपल्याला प्रतापसिंहांनी शरण यावे त्यातच त्यांचे हित आहे, हेही पटवून देण्याचा प्रयत्न केला. पण प्रतापसिंहांनी त्याच्याशी कोणतीही अपमानकारक तडजोड करण्याचे नाकारले. मग काय? लढाई अटळ होती. अर्थात परिस्थिती प्रतिकूल असूनही प्रतापसिंहांची सिद्धता होती. डोंगरीजमाती-भिल्लजमाती नि राजस्थानातील स्वाभिमानी जनता त्यांच्या पाठीशी होती.

मानसिंह कछवाहा हा राजा प्रतापसिंहांना भेटावयास आला; पण महाराणाजींनी त्याच्यावर बहिष्कार टाकला, त्याच्याबरोबर जेवणासही त्यांनी नकार दिला. मानसिंह सुडाने पेटून उठला नि अकबराच्या सैन्याचे नेतृत्व स्वीकारून प्रतापसिंहांवर चालून आला. प्रतापसिंहांनी त्याला हुलकावण्या देत-देत हळदीघाटाच्या खिंडीत गाठले. ही खिंड प्रख्यात तीर्थक्षेत्र नाथद्वारापासून सुमारे अठरा कि.मी. अंतरावर आहे.

राजपूत नि भिल्ल सैनिकांच्या साहाय्याने प्रतापसिंहांनी मानसिंहाची खिंडीत चांगलीच कोंडी केली. स्वत: प्रतापसिंहांनी खिंडीबाहेरच्या मोगल सैन्यावर तुफानी हल्ला चढविला. मोगल सैन्याची पुरी फजिती झाली, दाणादाण उडाली. मोगलांना कापीत कापीत थेट मानसिंहाला गाठले. महाराणा प्रतापसिंहांच्या चेतक घोड्याने मानसिंहाच्या हत्तीच्या गंडस्थळावरच आपल्या

टापा रोवल्या. प्रतापसिंहांनी निमिषार्धात भाला फेकला. पण मानसिंह त्याच वेळी बाजूला सरल्यामुळे तो वाचला. पण आता मोगल सैन्य हळूहळू वेढा आवळू लागले. रजपुतांची संख्या एकदमच कमी होती. प्रतापसिंहांवर मोठेच संकट कोसळलेले होते; पण बिदा झाला सुल्तानौत नामक शूर स्वामिनिष्ठ सरदार पुढे आला. त्याने प्रतापसिंहांचा मुकुट स्वमस्तकी धारण करून मोगलांचा सर्व आघात, हल्ला आपल्या अंगावर घेतला. महाराणाजींनी सुरक्षित ठिकाणी आश्रय घ्यावा, असे त्याने सुचवले. आणि तो स्वामिनिष्ठ

चेतक नावाचा अमर झालेला अश्व, त्याला खूप जखमा झाल्या होत्या. प्रतापसिंहांना जणू वाचवण्यासाठीच तो भरधाव दौडत होता नि प्रतापसिंहास त्याने सुखरूप स्थानी पोहोचवले. एवढ्यात प्रतापसिंहांचा भाऊ शक्तिसिंह आला, त्याने मोगलांना चांगलेच कापून काढले होते. दोन भाऊ कडकडून भेटले. इकडे शांत झालेला चेतक... त्याने प्राण सोडला; पण त्याने धन्याला वाचवले होते. चेतक अमर झाला. आजही त्याची समाधी स्फूर्ती देत आहे.

शेवटी स्वत: अकबर मोठ्या सिद्धतेनिशी आला. गोगुंदा येथे सहा महिने तळ ठोकून होता. फार फार प्रयत्न केले त्याने; पण महाराणा प्रतापसिंहांचे पारिपत्य करणे त्याला मुळीच जमले नाही. शेवटी तो निराश होऊन परत फिरला आणि मग काय? प्रतापसिंहांनी मोगली सैन्यावर छापे घालून आपली ठाणी परत जिंकून घेतली.

अकबराने पुन्हा एकदा हल्ल्याचा प्रचंड प्रयत्न केला; पण महाराणा प्रतापसिंह अजिंक्यच राहिले.

प्रतापसिंहांचा कडवा ध्येयवाद, स्वातंत्र्यप्रीती, जाज्वल्य निष्ठा पाहून अनेक राजे-महाराजे प्रतापसिंहांना येऊन मिळाले. मेवाडचा विजयी कीर्तिध्वज डौलाने फडकू लागला.

१५८४ पर्यंत चितोड नि मांडलगड सोडून उदयपुरासह सर्व मेवाड स्वतंत्र झाला. धन्य! धन्य!

बारा वर्षे महाराणा प्रतापसिंह नि त्यांचे कुटुंबीय आणि सैनिक ह्यांनी अक्षरश: वनवास भोगला. त्यांच्या लहान मुलांनीसुद्धा उपास काढले. ऊन, वारा, पाऊस नि अकबराचे प्रचंड सैन्य यांच्याशी झुंजता-झुंजता प्रतापसिंहजी थकले असतील; पण कधीही वाकले नाहीत. शरण गेले नाहीत. एकदा तर गवताची केलेली भाकरी तीही रानमांजराने पळवून नेली. दोन छोटी मुले... पण त्यांनीही हे सारे सहन केले. धन्य त्यांची.

पुढे तेरा वर्षे राणाजींना थोडेसे स्वास्थ्य लाभले. पण चितोड अजून स्वतंत्र नव्हता. मृत्यूच्या वेळी राणाजी अस्वस्थ झाले. प्राणपक्षी जाईनात. त्यांनी आपल्या जिवलगांना जवळ बोलविले नि म्हटले.

"बाप्पा रावळचे जर तुम्ही खरे वंशज असाल तर चितोड स्वतंत्र

केल्याविना स्वस्थ बसू नका!''

सर्वांनी चितोडच्या स्वातंत्र्याचे वचन दिले नि मगच महाराणा प्रतापसिंहांनी आपले प्राण सोडले.

धन्य चितोड! धन्य मेवाड! धन्य प्रतापसिंहजी! धन्य ते भिल्ल. महाराणाजींनी मेवाडच्या भगव्या ध्वजावर भिल्ल सैनिकांचे चित्र काढून त्यांच्याविषयीची कृतज्ञता व्यक्त केलेली आहे.

कर्नल टॉड म्हणतो, ''प्रचंड सैन्य साधन-संपत्तीच्या जोरावर अकबराने दृढनिश्चयी, अदम्य पराक्रमी, उज्ज्वल कीर्तिमान, साहसी नि अत्यंत उद्यमशील अशा महाराणा प्रतापसिंहांना नमविण्याचा प्रयत्न केला. पण तो निष्फळ ठरला. अरवलीत अशी एकही खिंड नसेल, की जी प्रतापसिंहांच्या कोणत्या ना कोणत्या वीरकार्याने, उज्ज्वल विजयाने अथवा त्याहून अधिक कीर्तियुक्त पराजयाने पवित्र झाली नसेल.''

＊＊

श्रीशिवाजीमहाराज

सामान्य जनांनी केलेले संकल्प हे बऱ्याच वेळा वाटेतच विरून जातात. 'तेरड्याचा रंग तीन दिवस'; 'प्रारम्भशूराः खलु दाक्षिणात्याः' आदी म्हणी काय उगीचच प्रचारात आल्या का?

संकल्प आणि सिद्धी यातील मोठी दरी ओलांडावयाची असेल तर शरीराची नि मनाची प्रचंड सिद्धता लागते.

केलेले संकल्प पूर्ण झालेले आहेत, पूर्ण केलेले आहेत, हे पाहण्याचे महद्‌भाग्य ज्या महाभागांना मिळाले, त्यांची महती काय वर्णावी? धन्य झाले ते!

इतिहासातील काही महापुरुषांना आपण संकल्पवीर म्हणू या. प्रचंड परिश्रम, प्रचंड कष्ट, प्रयत्न करून त्यांनी संकल्प ते सिद्धी हे अंतर काटलेले आहे. अर्थात परमेश्वरी कृपाही हवी. श्रीसमर्थांनी म्हटलेले आहे-

''परंतु तेथे भगवंताचे
अधिष्ठान पाहिजे''

जगद्‌गुरू श्रीतुकाराममहाराजांनी म्हटलेले आहे-

''सत्य संकल्पाचा दाता नारायण। सर्व करी पूर्ण मनोरथ''

असो. अशा संकल्पवीरांमध्ये श्रीशिवाजीमहाराज हे अग्रगण्य ठरलेले आहेत. ठरविलेले संकल्प पूर्ण होतात वा नाही असे वाटावे अशा दारुण शंका अनेकांना वाटाव्यात, असे कितीतरी भीषण प्रसंग त्यांच्यावर कोसळले; पण सर्वांवर, अगदी सर्वांवर त्यांनी यशस्वी मात केली आणि इतिहासात त्यांचे नाव चिरंजीव झाले. त्यांच्याच बरोबरीने आपण राजमाता जिजाबाईंचे नाव घेऊ.

सोडलेला अती अवघड संकल्प

''याचि देही याचि डोळा''

पूर्ण झालेला त्यांना पाहावयास मिळाला. त्यांनाही यासाठी भयंकर मानसिक यातना, दुर्धर संकटे सहन करावी लागली. पण ध्येयपूर्तीसाठी त्यांनी खरेच हसतमुखाने हे सारे सहन केले नि स्त्री-रत्नांमध्ये त्या 'महनीयतम' स्त्री-रत्न ठरल्या.

या देशी आपले राज्य झाले पाहिजे, हा संकल्प जिजामातांना स्फुरला. काळ किती प्रतिकूल! तत्पूर्वी सुमारे तीनशे-साडेतीनशे वर्षे क्रूर अशी परकीय यावनी राजवट. भल्या-भल्यांचा, मोठमोठ्यांचा पराभव झालेला. विजयनगरचे महान साम्राज्य बुडालेले, खुद्द प्रतापसूर्य शहाजीराजांना अपयश

आलेले! अशा स्थितीत 'स्व'राज्याचा संकल्प सोडावयास कुठे तिळभर तरी जागा होती का? तरीही त्यांनी स्वराज्याची खूणगाठ मनाशी बांधली होती. तो संकल्प त्यांनी आपल्या पुत्राला दिला. फारच धाडसी म्हटले पाहिजे जिजाबाईंना.

शिवबाने तो संकल्प हृदयी धरला. शिवबा दादाजी नरसप्रभू गुप्ते देशपांडे या आपल्या मित्राला लिहितात-

"श्री रोहिरेश्वर तुमचे खोरियातील आदि कुलदेव. तुमचा डोंगरमाथा

पठारावर शेंद्रीलगत स्वयंभू आहे. त्याणी आम्हास यश दिल्हे व पुढे तो सर्व मनोरथ हिंदवी स्वराज्य करून पुरविणार आहे... हे राज्य व्हावे हे श्रींचे मनात फार आहे..."

आता हा संकल्प- अवघड संकल्प पूर्ण करणे म्हणजे चेष्टा नव्हती. संकटांचे प्रचंड नि दुर्लंघ्य पहाड वाटेत उभे होते. पण त्या दोघांही माय-लेकरांनी 'खरेच चमत्कार वाटावा' असा पराक्रम केला नि संकल्पसिद्धी झाली.

संकल्पसिद्धीच्या वाटेत किती संकटे यावीत, याला काही गणना? गणना नाही.

स्वराज्याचे तोरण लागले. राजगड, सिंहगड, शिरवळ आदी जिंकले नि त्या भीषण संकटमालिकेला प्रारंभ झाला.

प्रथम आला, अकस्मात शहाजीराजांवर घाला नि दुर्दैवी कैद, पाठोपाठ शिवरायांचे मोठे बंधू संभाजीराजे यांची अफजलखानाकडून कपटाने, विश्वासघाताने हत्या, त्या पाठोपाठ स्वत: शिवाजीमहाराजांवर फत्तेखानाचे अक्राळ-विक्राळ संकट, या सर्वांवर मात केलीच शिवरायांनी; पण आधारस्तंभ असलेले जणू बळीराम वीरवर बाजी पासलकर हे धारातीर्थी मरण पावले. चंद्रराव मोरे- प्रकरण आणि मग तो महाभयानक अफझलखान, त्याही संकटावर मात केली तो पाठोपाठ ते रुस्तुमेजमानखान नि फाजलखान आले. महाराजांना पराभवायला, पण त्यांनाच सणसणीत पराभव पत्करावा लागला.

आणि मग आणखी भयंकर संकट. सलाबतखान सिद्दी जौहर पस्तीस हजारांची प्रचंड सेना घेऊन आला. सव्वा चार महिने त्याच्या वेढ्यात महाराजांना पन्हाळगडी अडकून पडावे लागले. आणि याच आणीबाणीच्या वेळी तो महायवन शाइस्तेखान सव्वालाखाची सेना घेऊन स्वराज्यावर चालून आला. स्वराज्याची सारी पूर्व बाजू त्याने घेतली. पुणे जिंकले. अगदी भयानक संकट होते हे स्वराज्यावर, मातुःश्री जिजाबाईसाहेबांवर नि शिवाजीराजांवर! याच वेळी सरसेनापती नेताजी पालकरांचाही पराभव झालेला त्यामुळे मोठीच पंचाईत. आणि मग ती पन्हाळगडावरून करून घेतलेली

स्वतःची ऐतिहासिक सुटका. त्या सुटकेच्या प्रसंगी कोसळलेली संकटे, त्यातच तो प्रख्यात पावनखिंडीचा संग्राम, ते वीररत्न बाजीप्रभू! शर्थीने महाराज विशाळगडी पोचले, पण विश्रांती नाहीच.

पाठोपाठ कारतलबखान आणि रायबाघन यांचे झालेले आक्रमण! ते मोडून काढले, तेवढ्यात शृंगारपूरच्या सूर्यराव सुर्व्याचा हल्ला! त्यालाही पळवून लावले, तोच नामदारखानाचा हल्ला आणि मग खासा राजश्रींनी केलेले जीवावरचे साहस. म्हणजे लालमहालात खुद्द शाइस्तेखानावरच घातलेली यशस्वी झडप! कल्पनाच करवत नाही की हे साहस किती कठीणतम होते! तदनंतर सुरतेवरचा अतिशय साहसी छापा. स्वराज्यासाठी महाराज अतोनात साहसे करीत होते. जणू आपला जीव त्यांनी पणाला लावला होता. एवढ्यात तिकडे कर्नाटकात शिवाजीराजांचे वडील महाराज शहाजीराजे यांचे दुःखद अपघाती निधन झाले. राजगडावर दुःखाचा पर्वत कोसळला. जिजामातांनी सतीची सिद्धता केली. त्यांना परतविण्यात कसेबसे यश मिळविले. तोच तिकडे कोंढाण्यावर जसवंतसिंहाचे आक्रमण चालू होते. महाराजांना विश्रांतीलाच काय, दुःख करावयासही सवड नव्हती. कोंढाण्यावर जसवंतसिंहाचा जंगी पराभव झाला आणि महाराजांनी आणखी एक भयंकर साहस केले.

शहाजीराजे आणि एकूणच भोसले घराण्याचा द्वेष करणाऱ्या बाजी घोरपड्याच्या मुधोळात ते वायुवेगाने घुसले. महाराज आज वारुळातच घुसले होते. आणि स्वतःच्या हाताने त्यांनी बाजी घोरपड्याला ठार केले. हे होतेय न होतेय, तोच खवासखान नामक शूर सरदार कुडाळवर चालून आला होता. महाराज लगेच तिकडे वळले नि त्यालाही त्यांनी ठेचून काढून पळवून लावले. तरी विश्रांती नाहीच. आता स्वराज्यसूर्याला ग्रासायला दोन राहू-केतू पुढे पुढे सरकत होते. मिर्झाराजा जयसिंग नि दिलेरखान. आतापर्यंत आलेल्या ग्रहणांतील हे भीषणतम ग्रहण होते. पुरंदरचा वेढा इतिहासात अमर झालेला आहे. वीर मुरारबाजी पडले; पण लढा चालूच राहिला. शेवटी महाराजांनी एक पाऊल मागे यावयाचे ठरविले; पुरंदरचा दुःखद तह ठरला. त्यातून पुढे आग्र्याला जाण्याचा आग्रह जयसिंगाने धरला. महाराज छोट्या संभाजीराजांसह आग्र्याला गेले. तेथील ते स्वाभिमानाने परिपूर्ण

भरलेले प्रसंग नि नंतर घडलेली कैद! तो अतिभीषण काळ! त्या भयंकर चिंता! त्या भयानक अशा मनोयातना... हे सर्व असूनही महाराज मुळीही डगमगले नाहीत. हिमतीने, चातुर्याने, शौर्याने, धाडसाने त्यांनी आग्र्याहून पद्धतशीर सुटका घडविलीच.

एक महान रामायण, एक महान महाभारत घडले. त्यानंतर काही काळाने परत मोगली हालचाली चालू झाल्या... पण महाराजांनी चौफेर चढाई चालूच ठेवली. तो सिंहगडचा रोमांचकारी प्रसंग! ते वीरवर तानाजी मालुसरे. मग पुन्हा एकदा सुरतेचे साहस - त्यानंतर दिंडोरीचे प्रख्यात रण. त्या जंजिऱ्यावरच्या उरात धडकी भरविणाऱ्या लढाया! आणि मग प्रसिद्ध असा साल्हेरचा संग्राम. त्यानंतर पन्हाळगडचा वीर कोंडाजी फर्जंदचा पराक्रमी विजय नि मग 'वेडात मराठे वीर दौडले सात' या पंक्तींनी ठसा उमटवून गेलेले सेनापती प्रतापराव गुजर नि बहलोलखान यांचा रणप्रसंग! पाठोपाठ पुन्हा त्या बहलोलखानाचा आनंदराव मकाजी यांजकडून दणदणीत पराभव आणि दौलतखान या महाराजांच्या आरमारी सरदाराने जंजिऱ्याच्या सिद्दी संबूलखानाचा सातवळीच्या खाडीत केलेला दणदणीत पराभव-

... नि हे सर्व झाल्यावर मगच तो राज्याभिषेकाचा आनंदमय, विजयी सोहळा. तो क्षण कौस्तुभाचा, अमृताचा! संकल्पपूर्तीचा! हिंदू सिंहासन प्रकटले; पण किती विविध नि भयानक अडचणींतून त्याला जावे लागले.

राजमाता श्री जिजाबाईसाहेब नि छत्रपती श्रीशिवाजीमहाराज यांनी सोडलेले संकल्प नि श्रीकृपेने घडवून आणलेली त्यांची सिद्धी यांना जगाच्या इतिहासात तोड नाही. तुम्हा-आम्हा सर्वांना ही संकल्पपूर्ती प्रेरणादायक नि स्फूर्तिदायक, तसेच मार्गदर्शक ठरो.

थोडासा बदल करून म्हणू या.
चणे खावे लोखंडाचे।
तेव्हा राजपदी विराजे।।

**

पुण्यश्लोक अहल्यादेवी होळकर

जिजामाता, येसूबाई, ताराबाई, राधाबाई, गोपिकाबाई, अहल्याबाई, सईबाई, रमाबाई, बायजाबाई, लक्ष्मीबाई प्रत्येकच आपापल्यापरीने श्रेष्ठ आहेत. पण प्रख्यात लेखक श्री. म. श्री. दीक्षित म्हणतात, त्याप्रमाणे "श्रेष्ठत्वाचा मुजरा जिजामातांना, पराक्रमाचा हार लक्ष्मीबाईंना, तर धर्म-राजकारणाची, मानाची मूल्यवान शाल पुण्यश्लोक अहल्याबाईंना!" अहल्याबाई होळकरांना जाऊन दोनशे वर्षे होऊन गेली; पण आजही त्यांचा कीर्तिसुगंध सतत दरवळत आहे. त्यांचा जन्म चौंडी (पाटोदे, बीड) येथे इ.स. १७२५ मध्ये तर मृत्यू महेश्वर (म.प्र.) येथे इ.स. १७९५ मध्ये झाला. मल्हारराव आणि गौतमाबाई हे सासू-सासरे नि खंडेराव हे पती. अहल्याबाईंनी जी बांधकामे, जीर्णोद्धार केले आहेत, ते सगळे स्वतःच्या खाजगी उत्पन्नातून! त्यासाठी राज्याचा एक पैसाही वापरलेला नाही; उलट खाजगी उत्पन्नातील शिल्लक त्या राज्यकारभारासाठी वापरत.

सध्याचे अनेक तथाकथित पुरोगामी लोक राष्ट्रीय एकात्मतेवर प्रहार करीत आहेत. पण अहल्याबाईंनी दोनशे वर्षांपूर्वी, राष्ट्रीय एकात्मतेला पोषक अशीच कामे केली, हा त्यांचा महान विशेष होय. श्रावण वद्य १४ शके १७१७ म्हणजे १३ ऑगस्ट, १७९५ हा त्यांचा स्मृतिदिन, राष्ट्रीय पातळीवर साजरा व्हावयास हवा.

चौंडी नामक एका खेड्यात जन्मलेली, सामान्य घरातील सामान्य वाटणारी कन्या महान राज्यकर्त्री होते. आणि श्रीमंत माधवराव पेशवे, महादजी शिंदे, नाना फडणीस, सेनापती हरिपंततात्या फडके, कवी मोरोपंत,

शाहीर अनंतफंदी, मुत्सद्दी प्रभाकर देवराव हिंगणे, सेनापती सर जॉन माल्कम आदींच्या कौतुकास व आदर्शास पात्र ठरते, हे एक अत्यंत वैशिष्ट्यपूर्ण उदाहरण आहे.

संकटे तरी किती यावी? निकटतम अशा नऊ नातेवाइकांचे मृत्यू झालेले त्यांना पाहावे लागले. कुणीही हादरून जावे अशी ही संकटे. पण अहल्यादेवींनी हे सगळे मोठ्या धैर्याने पचवून जनसेवा, जनकल्याण, उत्कृष्ट राज्यकारभार हे व्यवस्थित चालूच ठेवले.

अहल्याबाईंची शौर्यधैर्यप्रवृत्तीही अत्यंत प्रशंसनीय आहे. रामपुरा आणि

आसपासचा प्रदेश होळकरांच्या ताब्यात होता. तिथे बंडखोरांकडून वारंवार उद्रेक, बंडे होऊ लागली. जनतेचे हाल होऊ लागले. काही करूनही पूर्ण बंदोबस्त होईना. एका प्रसंगी तर होळकर सैन्यच हरले. बाई संतप्त झाल्या. त्यांनी नेतृत्व स्वतःकडे घेतले. पक्का बंदोबस्त करण्याचा कठोर निश्चय केला. आपल्या सैनिकांना त्या कठोरपणे म्हणाल्या, "तुम्ही मला जर तोंड दाखवावयास लढाईतून हरून परत आलात तर मेखसू घालून ठार करीन.

बंडखोरांना होते की नव्हते करून टाका.'' झाले! अहल्याबाईंच्या स्फूर्तीमुळे सैनिक असे काही लढले की, प्रचंड फत्ते! इ.स. १७८८. चातुर्याच्या, शौर्याच्या या वार्ता राजधानी पुण्यात आल्या. आनंदी-आनंद झाला. नाना फडणिसांनी तोफांची सरबत्ती उडवून या विजयवार्तेचे स्वागत केले. ''शापादपि शरादपि असे शौर्य अहल्याबाईंमध्ये दिसून आले.'' असे नाना उद्गारले. ''आजपावेतो बाईंची स्नानसंध्या धर्माची प्रवृत्ती ऐकण्यात आली होती. आज पराक्रमाची ही गोष्ट मोठीच केली. पुण्याचे पुण्यद्वार म्हणजे नर्मदातीरचे माहिष्मती हे आम्हास आज समजले.''

कित्येकदा अहल्याबाई आपले सासरे वीर मल्हाररावांबरोबर रणांगणात उपस्थित असत. अहल्याबाईंचे अदम्य साहस, रणकौशल्य वाखाणण्याजोगे! पानिपत-लढाईतही दारूगोळा-भांडाराची व्यवस्था त्यांच्या देखरेखीखाली होती. रणांगणासंबंधित लहानसहान गोष्टींचेही त्यांना ज्ञान होते. कुंभेरीच्या लढाईत पती खंडेराव आणि अहल्याबाई दोघेही रणांगणावर होते. याच लढाईत दुर्दैवाने खंडेरावांचा मृत्यू झाला.

भिल्ल आणि गोंड या वनवासींचा स्नेह अहल्याबाईंनी संपादन केला. त्यांच्याकडून पडिक जमिनींची लागवड करून घेतली. त्यांच्याशी माणुसकीचे वर्तन ठेवले. पण मानसिंगासारख्या डाकूला देहांताची शिक्षा देण्यासही कमी केले नाही.

गरिबांविषयी तोंडदेखला नव्हे तर, कृतियुक्त कळवळा त्यांच्या ठिकाणी होता. 'कडाक्याच्या थंडीने मृत्यू' अशा वार्ता आपण आजही वाचतो. अहल्याबाईंनी कडक थंडीच्या मोसमात गरिबांना कपडे आणि कांबळी देऊन त्यांचे संरक्षण केले होते. (संदर्भ : म. श्री. दीक्षित, म. म. तपस्वी, शरद पगारे, वा. दा. गोखले)

राष्ट्रसेविका समितीचा एक आदर्श देवी अहल्याबाई आहेत, हे अगदी सर्वथैव योग्य आहे.

महेश्वरी लुगडी आजही प्रसिद्ध आहेत. त्याचे सारे श्रेय अहल्यादेवींना जाते. तीन हजार विणकरांना आपल्या राज्यात त्यांनी वसविले आणि त्यांना

या व्यवसायासाठी भरपूर उत्तेजन दिले. (सा. विवेक).

केवळ परमेश्वराचेच स्तवन करणारे कविवर्य मोरोपंत भारावून जाऊन या गंगाजळनिर्मळ प्रात:स्मरणीय देवीविषयी म्हणतात, ''देवी अहल्याबाई! झालीस जगत्त्रयांत तू धन्या! न न्यायधर्मनिरता अन्या कलिमाजि ऐकिली कन्या!''

**

महाराणा रणजितसिंह

महाराणा रणजितसिंह म्हणजे पंजाबात खालसा संघाचे राज्य स्थापन करणारा शीख वीर पुरुष. यांचा जन्म गुजराणवाला येथे झाला. खालसा संघाचे बारा विभाग 'मिसल' या नावाने ओळखले जात. त्यातील सुकरचकिया नामक मिसलचा सरदार महासिंग याचा हा पुत्र होता. रणजितसिंगांचा काळ आहे. इ.स. १७८० ते १८३९.

महासिंगाचा वजीर लखपतराय, आपली माता राजकौर व भावी सासू (कन्हैया मिसलची राणी) सदाकौर यांच्या साहाय्याने रणजितसिंग सुकरचकियांचा कारभार पाहू लागला. इ.स. १७९९ मध्ये लखपतराय मरण पावला व रणजितसिंग स्वत: कारभार करू लागला.

इ.स. १७९९ साली रणजितसिंगाने लाहोरवर स्वारी करून ते शहर जिंकले. त्यांच्या पराक्रमामुळे इतर सरदार आधीच त्यांचा द्वेष करू लागले होते. लाहोरवर त्यांची सत्ता स्थापन झाल्यामुळे ते अधिकच चिडले व काही सरदारांनी मिळून इ.स. १८०० साली लाहोरवर आक्रमण केले. रणजितसिंहांचा जय झाला.

त्यानंतर इ.स. १८०१ मध्ये रणजितसिंगांनी लाहोर येथे मोठा दरबार भरवून महाराज ही पदवी धारण केली. इ.स. १८०८ पर्यंत रणजितसिंगांनी पंजाबातील अनेक लहान-मोठी राज्ये जिंकून आपल्या सत्तेखाली आणली.

त्यानंतर रणजितसिंगांनी, सतलजच्या दक्षिणेकडील पंजाबवरचा आपला अधिकार ब्रिटिश सरकारने मान्य करावा, अशी मागणी केली; ब्रिटिशांचे सैन्यबळ वरचढ आहे, हे जाणून रणजितसिंगांनी इ.स. १८०९ मध्ये त्यांच्याशी तह केला. त्या तहान्वये सतलजच्या दक्षिणेकडील पंचेचाळीस

परगण्यांवर रणजितची सत्ता होती, ती ब्रिटिशांनी मान्य केली. मात्र त्यांनी अधिक प्रदेशावर अतिक्रमण करू नये व ब्रिटिशांनी सतलजच्या उत्तरेकडील प्रदेशात पाऊल टाकू नये, असे ठरले. या तहामुळे सिंधू व यमुना या नद्यांच्या मधील सर्व शीख लोकांचे संघटन करण्याची रणजितसिंगांची महत्त्वाकांक्षा निष्फळ झाली. मात्र इतर दिशांना आक्रमण करण्याची मोकळीक मिळाली.

त्यानंतर रणजितसिंगांनी कांगडावर स्वारी केली नि तो प्रदेश जिंकला. त्यापूर्वी तीन वर्षे गुरखा सैन्याने त्या भागात लूटमार चालविली होती. कांगडा घेतल्यावर रणजितसिंगांनी डोंगराळ भागातील सरदारांशी मैत्री संपादिली.

आणि शाब्बास, शाब्बास रे रणजितसिंग, चंद्रगुप्त मौर्याच्या वेळी अफगाणिस्तान म्हणजे गांधार हा भारताचा भाग होता; पण तो पुढे आपल्या दौर्बल्यामुळे, फुटीमुळे आपल्यापासून तुटला. पण आश्चर्य म्हणजे त्या

धाडसी रणजितसिंहांचे गांधार म्हणजे अफगाणिस्तानकडे लक्ष होतेच. प्रथम त्यांनी सिंधू नदीच्या पश्चिमेकडील मुस्लिम राज्ये जिंकली. मुत्सद्दीपणा, शौर्य यामुळे अटकेचा सुभाही रणजितसिंगांना मिळाला. १७५८ मध्ये मराठ्यांनी काही काळ अटक जिंकले होते. आज चौपन्न वर्षांनी ते परत स्वतंत्र झाले. अर्थात त्यामुळे खवळलेल्या फत्तेखान आणि त्याचा भाऊ दोस्त मुहंमद यांनी १८१३ मध्ये अटकेवर स्वारी केली; पण रणजितसिंहांनी त्यांचा सणसणीत पराभव केला.

सूर्यक्षेत्र, नृसिंहक्षेत्र असलेले जे मूलस्थान म्हणजे मुलतान तेही रणजितसिंहांनी जिंकले. (१८१८). शत्रूवरील संकट म्हणजे आपल्याला संधी हे राजनीतीतील तत्त्व रणजितसिंहांना पुरेपूर माहीत होते. त्या वेळी अफगाणिस्तानात गोंधळ माजला होता. त्याचा बरोबर लाभ रणजितसिंहांनी घेतला नि सिंधू नदी ओलांडून खैराबाद नि पेशावर जिंकले. शाब्बास! आणि अत्यंत आनंदाची गोष्ट म्हणजे १८१९ मध्ये संपूर्ण काश्मीर जिंकला. त्यानंतरही त्यांची विजययात्रा चालूच राहिली. डेरा गाजीखान, डेरा इस्माइलखान, भक्कर, लेह मंकेश ही ठिकाणे काबीज केली.

रणजितसिंहांनी ब्रिटिशांशी सलोखा ठेवला होता. पण ब्रिटिशांचे धोरण मात्र विश्वासघाताचेच असे. रणजितसिंहांच्या शत्रूलाही ते साहाय्य करीत. ही इंग्रज नीती!

रणजितसिंहांचे आता सिंधकडे लक्ष गेले. पण ब्रिटिशांचा त्याला विरोध होता. पण मैत्रीचा बाह्य देखावा चालूच होता. १८३१ मध्ये इंग्लंडच्या राजाने पाच घोडे आणि एक इंग्लिश गाडी महाराणा रणजितसिंहांना भेट म्हणून पाठविली. त्याच वर्षी ग. ज. विल्यम बेंटिंक ह्याने मैत्रीचा तह पुन्हा केला; पण आतून त्यांचा रणजितसिंहाला विरोध चालू होता.

काबूलचा शहा सूजा लाहोर येथे रणजितसिंहांच्या आश्रयास होता. त्याने नि बेगमेने रणजितसिंहांना कोहिनूर हिरा भेट म्हणून दिला. १८३१- मध्ये शहा सूजाने अफगाणिस्तानवर स्वारी करण्यासाठी रणजितसिंहांचे साहाय्य मागितले, तेव्हा रणजितसिंहांनी त्याला तीन अटी घातल्या, त्या महत्त्वाच्याच आहेत, (१) अफगाणिस्तानात संपूर्ण गोवधबंदी करावी (२)

सोमनाथमंदिराचे दरवाजे परत करावेत आणि (३) अफगाणिस्तानच्या युवराजाने लाहोरच्या दरबारात उपस्थित व्हावे.

तिकडे अफगाणिस्तानच्या दोस्त महंमदने रणजितसिंहांविरुद्ध जिहाद म्हणजे धर्मयुद्ध पुकारले. कित्येक मुस्लिम जमाती त्याला येऊन मिळाल्या पण रणजितसिंहांचे शौर्य नि मुत्सद्देगिरी यामुळे दोस्त महम्मदाचा पूर्ण पराभव झाला. या विजयामुळे रणजितसिंहांची प्रतिष्ठा खूपच वाढली, सिंधू नदीच्या पलीकडे त्यांची सत्ता पक्की झाली नि मग अत्यंत दूरदर्शीपणे त्यांनी खैबरखिंडीच्या तोंडाशीच जमरूड येथे कोट बांधला. हे कळताच दोस्त महंमदाने जमरूडवर प्रचंड सैन्य पाठविले. पण शीख सैन्याने त्यांचा प्रचंड पराभव केला.

तत्कालीन राजांच्या दरबाराप्रमाणे रणजितसिंगांचा दरबारही वैभवपूर्ण असे. ते स्वत: मात्र साध्या पोषाखात राहात. कधी-कधी ते कोहिनूर हिरा आपल्या दंडावर बांधीत. दरबारातील व्यवस्था पद्धतशीर व कलापूर्ण असे. ती पाहून अनेकांनी त्यांच्या दरबाराची तुलना जहांगिरच्या दरबाराशी केली आहे. दरबाराचा कारभार सामान्यपणे पंजाबीत चाले. पण टिपणे व हुकूम फारसीत लिहिले जात.

सैनिकी प्रशिक्षण, शिस्त यांचे महत्त्व रणजितसिंहांनी चांगलेच ओळखले होते. सैन्याला पाश्चात्य धर्तीचे शिक्षण मिळावे म्हणून व्हेंटुरा, अलार्द नि कोर्ट हे नेपोलियनच्या सैन्यातले अधिकारी त्यांनी नोकरीस ठेवले होते.

शेर-ए-पंजाब ही पदवी त्यांना सार्थ ठरलेली आहे. ते दिसायला सामान्य वा कुरूप नि एका डोळ्याने अंध होते, तोंडावर देवीचे वण, त्यांचे बाहू नि पाय कमकुवत दिसत; तथापि ते तेजस्वी होते. घोड्यावर बसून तलवार नि भाला चालविण्यात ते अत्यंत कुशल होते. ते दिवसभर कामात मग्न असत. स्मरणशक्ती अचाट होती. त्यांना शिक्षण मुळीच मिळाले नव्हते; पण त्याच्या अंगी चातुर्य नि विवेक होता. त्यांच्या राजसभेत विद्वानांना मान असे. इतिहासलेखनाविषयी त्यांना आस्था असे.

एकदा एका वैतागलेल्या म्हातारीने रणजितसिंगांना दगड मारला. लोकांना वाटले, आता हिला चांगलीच शिक्षा होणार. पण झाले उलटेच, रणजितसिंगांनी

तिचे दारिद्र्य नष्ट करून टाकले. लोकांना आश्चर्य वाटले तर रणजितसिंह म्हणाले,

"अरे, झाडाला दगड मारले तर ते आपल्याला मधुर फळे देते. मग माणसाला काही खऱ्या कारणासाठी दगड मारला असेल तर त्याला पारितोषिक दिलेच पाहिजे."

सतत चाळीस वर्षे स्वतः परिश्रम घेऊन शीख लोकांमध्ये लष्करी सामर्थ्य उत्पन्न केले. त्यांनी आपले राज्य लष्करी दराऱ्यात व शिस्तीत स्थापन केले. त्यांचा राज्यकारभार व्यवस्थित होता. जेव्हा रणजितसिंग अटक नदी उतरून पलीकडे जाऊ लागले, तेव्हा त्याचा गुरू त्यांना म्हणाला, "अटकेच्या पलीकडे जाण्यास हिंदूंना मनाई आहे." तेव्हा रणजितसिंगांनी उत्तर दिले, की – "सब भूमि है गोपालकी, इसमें अटक कहाँ. जिसके मनमें खटक रही, वोही अटक रहा॥"

"सर्व पृथ्वी देवाची असून तिच्या पाठीवर कोठेही जाण्यास हरकत नाही. ज्याच्या मनात संशय आहे तोच थांबून राहतो."

अशा या शूर योद्ध्याचे २७ जून, १८३९ रोजी निधन झाले.

✱✱

जगदीशपूरचे महाराज
बाबू कुमारसिंह तथा कुँवरसिंह

प्रसिद्ध लेखक श्री. प्र. मा. मांडे म्हणतात, "त्या १८५७ च्या स्वातंत्र्ययज्ञकुंडात बिहारही काही मागे नव्हता. अठराशे सत्तावनच्या स्वातंत्र्य समराचे पडसाद बिहारमध्येही उमटले." बिहारच्या जगदीशपूरचे संस्थानिक बाबू कुँवरसिंह यांनी तेथील नेतृत्व स्वीकारून वयाच्या ऐंशीव्या वर्षी स्वातंत्र्यसमरामध्ये भाग घेतला. कुँवरसिंह हे पक्के भारतनिष्ठ असून नेहमीच

इतरांना साहाय्य करण्यात सदैव पुढे असत. त्यामुळे त्यांची प्रजा त्यांना पित्याप्रमाणे मानीत असे. हे संस्थान कुटिल नीतीने हस्तगत करण्याचा डाव इंग्रज रचत होते. अशात ३ जुलै १८५७ रोजी पाटण्याने पेट घेतला.

कुँवरसिंहांच्या नेतृत्वाखाली सैन्याने आरानगर येथील कारागृह म्हणजे तुरुंग तोडून कैद्यांना मुक्त केले. सरकारी कोष लुटला. इंग्रजांशी समोरासमोर निभाव लागणार नाही. हे लक्षात आल्यावर कुँवरसिंहांनी ससोराम व केसूर या दुर्गम पर्वतश्रेणींच्या आश्रयाने युद्धकांड चालूच ठेवल. (स्वातंत्र्यसंग्रामातील समिधा)

भारताच्या क्रांतिपर्वाचे प्रख्यात लेखक, साहित्याचार्य म. म. पं. बाळशास्त्री हरदास म्हणतात, ''राजर्षी भीष्मांप्रमाणेच त्यांचे चारित्र्य निरपवाद व पराक्रम सिंहासारखा होता. बिहार प्रांताच्या क्रांतियुद्धाचे नेतृत्व, आपल्या सुप्रसिद्ध 'तीर्थयात्रेत' श्रीमंत नानासाहेबांनी त्यांच्याकडे सोपविलेले होते. ऐंशी वर्षांच्या वयातही त्यांचे शरीर वज्रासारखे समर्थ व निश्चय अत्यंत अविचल होता. हा वृद्ध रजपूत, इंग्लिशांना त्यांच्या शत्रूंमध्ये अग्रगण्य वाटत असे. काल्पी येथील भेटीत कुमारसिंहांनी नानासाहेबांना संपूर्ण सहकार्य देण्याचे मान्य केले होते. दि. २५ जुलै १८५७ रोजी धानापूर येथे सैनिक उत्थान होताच कुमारसिंहांनी क्रांतिसेनेचे नेतृत्व स्वीकारले आणि बलिदान होईस्तोवर इंग्रजांशी सतत युद्ध केले. धन्य धन्य त्यांची। आम्हाला कुंवरसिंहांचा अतिशय अभिमान आहे.

**

कित्तूरची वीरांगना चन्नम्मा

कित्तूरच्या स्वातंत्र्यदेवतेचे –वीरांगना चन्नम्माचे नाव प्रत्येकाला माहीत हवे. कर्नाटकात तर ह्या वीर महिलेचे सर्वत्र पुतळे आहेतच. पण, अन्य प्रांतांतही तिचे नाव माहीत झाले पाहिजे. कोल्हापूर-सांगली ह्यांना जवळच असणाऱ्या बेळगाव जिल्ह्यात, बेळगावच्या अलीकडे काकती नावाचे गाव आहे. शक्य असेल तर काकती आणि कित्तूर ही दोन्ही स्थाने पाहिली पाहिजेत. तर काकती येथे धुळप्पा देसाई आणि पद्मावतीदेवी हे जोडपे राहात होते. त्यांच्या पोटी इ.स. १७७८ मध्ये चन्नम्माचा जन्म झाला. चन्नम्माची कन्नड ही मातृभाषा. पण मराठीही तिला उत्तम येत होते. लहानपणी रामायण-महाभारतातल्या गोष्टी तिने ऐकल्या. ती जात्याच हुशार होती. आता तिला राजकारणही समजू लागले.

कित्तूर संस्थानचे राजे मलसर्जा ह्यांच्याशी चन्नमांचा विवाह झाला. कित्तूर संस्थान प्रसिद्ध होते, तेथील गडही अत्यंत बळकट होता. एवढे मोठे शूर हैदर नि टिपू; पण त्यांनाही कित्तूर गड घेता आला नव्हता... अशी कित्तूरची महती! पण भाग्यरवी अस्ताचलाला जाऊ लागला. पती मलसर्जा ह्यांचे निधन झाले. चन्नम्मांची सवत रुद्रम्मा हिचा मुलगा शिवलिंग रुद्रसर्जा ह्याचे लहानपणीच निधन झाले. राज्यभर दु:खाची छाया पसरली.

आक्रमक, साम्राज्यवादी इंग्रजांची दृष्टी आता कित्तूरकडे वळली. कोण कुठचे इंग्रज? त्यांचा ह्या देशाशी काय संबंध? कित्तूर संस्थानच्या दत्तकपुत्रासाठी इंग्रजांची अनुमती (परवानगी) घेण्याचे काहीच कारण नव्हते. पण कंपनी सरकार महान साम्राज्यवादी, महान आक्रमक, महा बदमाश. इंग्रज अधिकारी थॅकरे ह्याने कित्तूर जिंकण्याच्या हालचाली प्रारंभिल्या. पण राणी चन्नम्मांनी

थॅकरेचे दुष्ट डाव उधळून लावले. वीरांगना चन्नम्मांनी सैन्य उभारले. उत्कृष्ट व्यूहरचना केली. मोठी अशी ती इंग्रजी सेना; पण राणीसाहेबांनी निर्भयपणे तिचा प्रतिकार केला. कॅप्टन ब्लॅक, डायटन, सीवेल आणि खुद्द थॅकरे हे ठार झाले. चांगलाच पराभव झाला. धन्य राणीसाहेबांची! पण इंग्रज अत्यंत हटवादी. त्यांनी प्रचंड सैन्य उभे केले. टिपूला पराभूत करण्यासाठी श्रीरंगपट्टणवर

हल्ला करण्यासाठी जेवढे सैन्य वापरले गेले, तेवढे सैन्य कित्तूरवर चालून आले. ह्यावरून इंग्रज कित्तूरला किती महत्त्व देत होते, हे कळते.

लेफ्टनंट कर्नल सी. बी. डीकन चालू आला. वीरा चन्नमांची युद्धसिद्धता होतीच. पण काय करणार? विश्वासघात, फितुरी नडली. ह्या आमच्या उणिवा हेरूनच शत्रूने आमच्यावर विजय मिळविलेला आहे... चन्नम्मांच्या प्रखर प्रतिकाराचाही उपयोग झाला नाही. दुर्ग पडला. अनेक माणसे हुतात्मा झाली. हुतात्मा रायण्णा संगोळी ह्यांचे नाव बेळगावातल्या एका चौकाला

दिलेले आहे. कित्तूरची संपत्ती इंग्रजांनी लुटली. काहींना फासावर चढविले. ३० डिसेंबर १८२४ वीरा चन्नम्मा कैदेत पडल्या आणि कैदेतच त्यांचा २ फेब्रुवारी १८२९ रोजी मृत्यू झाला. प्रसिद्ध लेखक श्री. प्र. मा. मांडे म्हणतात, ते बरोबरच आहे, की ''स्वातंत्र्यासाठी इंग्रजांविरुद्ध लढा देणारी 'पहिली' स्त्री म्हणून राणी चन्नम्मांचे नाव इतिहासात अमर झालेले आहे.''

**

दोन शाहूमहाराज

छत्रपती संभाजीमहाराजांचे पुत्र नि प्रख्यात असे छत्रपती पुण्यश्लोक शाहूमहाराज यांच्या चातुर्याच्या नि औदार्याच्या कितीतरी कथा प्रसिद्ध आहेत. तद्वतच गेल्या नि या शतकात होऊन गेलेल्या कोल्हापूरच्या राजर्षी शाहूमहाराजांच्याही मनोरंजक नि बोधप्रद कथा खूपच उपलब्ध आहेत. त्यांपैकी काहींचे हे संकलन.

पुण्यश्लोक छत्रपती शाहूमहाराजांचा काळ इ.स. १६८२ ते १७४९. एकदा शाहूमहाराज मृगयेसाठी म्हणजे शिकारीसाठी गेले होते. त्या वेळी त्यांचा वेष अगदी साधा होता. लांब दाढी नि अंगात कफनी. जणू एखादा बैरागीच! बरोबरची मंडळी शिकारीच्या व्यवस्थेत गुंतलेली होती. त्यामुळे शाहूमहाराज एकटेच पुढे चाललेले होते. कृष्णा नदीत त्यावेळी एक छोटासा चुणचुणीत मुलगा पोहत होता नि त्याने आपले धोतर वाळवंटात वाळत घातले होते. शेजारून एक गोसावी चालला आहे, हे पाहताच तो पोरगा ओरडला.

''ए गोसावड्या, जपून. माझे धोतर वाळत घातलेले आहे. खबरदार, शिवशील त्याला.''

हे शाहूमहाराज आहेत, हे त्या छोट्या मुलाला काय माहीत?

शाहूमहाराजांना त्या मुलाचा मुळीही राग आला नाही. उलट त्याच्या चुणचुणीतपणाचे कौतुक वाटले. ते म्हणाले,

''नाही बाळ मी तुझ्या धोतराला नाही शिवत हं. चालू दे तुझे पोहणे.''

महाराज तळावर आले नि त्यांनी आपले दोन सैनिक तिकडे पाठवून त्या मुलाला घेऊन येण्यास फर्माविले.

''कोण महाराज?'' मुलाने सैनिकांना विचारले आणि लवकरच त्याला

कळले की, आपण ज्याला गोसावी समजलो ते छत्रपती शाहूमहाराज होते. मुलगा फारच वरमला नि थोडा थोडा घाबरलाही. महाराजांनी त्याला त्याची माहिती विचारली. मुलगा उत्तरला-

''महाराज, मी सासवडच्या कुलकर्ण्यांचा मुलगा, विठू. माझी लढाई मारण्याची, घोडदौड करण्याची फार इच्छा आहे, म्हणून आईला न सांगता मी घरातून पळून आलो.''

महाराजांनी हे ऐकून त्याला आपल्याजवळ ठेवून घेतले व अनेक गोष्टींत त्याला तरबेज केले. तो मोठा हुशार झाला. एकदा तर त्याने शाहूमहाराजांना एक मोठ्या रानडुकरापासून वाचविले. हा चुणचुणीत आणि हुशार मुलगा म्हणजेच पुढे 'सरदार विंचूरकर' म्हणून प्रसिद्ध असलेले आणि पन्नास वर्षे मराठेशाहीची इमानेइतबारे सेवा केलेले विठ्ठल शिवदेव विंचूरकर हे होते.

शाहूमहाराजांचे गुणविशेष सांगणाऱ्या कितीतरी कथा उपलब्ध आहेत. शाहूमहाराज अत्यंत उदार नि आपल्या सेवकजनांवर प्रेम करणारे असेच होते. एकदा झोपण्यापूर्वी आपल्या सेवकाकडून शाहूमहाराज आपले पाय रगडून घेत होते. त्यातच त्यांना डुलकी लागली आणि आश्चर्य म्हणजे, बहुधा त्यांचा सेवकही दमलेला असावा, त्यालाही पाय रडगता रगडता डुलकी आली नि स्वारी चक्क महाराजांच्या शेजारीच लवंडली की! अर्थात त्या सेवकालाही याचा पत्ताच नाही, इतक्या सहजासहजी झोपेने त्याला घेरले. पुढे तर त्याने गम्मतच केली. त्याला वाटले असावे, आपण घरीच झोपलेलो आहोत नि मध्यरात्री थंडी वाजू लागल्याबरोबर त्याने सरळ झोपेतल्या झोपेत महाराजांचेच पांघरुण आपल्या अंगावर ओढून घेतले नि पूर्ववत घोरणे चालू केले. त्याच्या हालचालीने महाराज एकदम जागे झाले. पण तरीही न रागावता ते शांतपणे शेकोटीजवळ शेकत राहिले. रात्रीच्या पहारेकऱ्यांच्या लक्षात येईना, की महाराज मध्यरात्री उठून शेकत का बसलेले आहेत? शाहूमहाराजांनी अंगुलिनिर्देश करताच ते त्या सेवकाला उठवावयास गेले; पण महाराजांनी त्यांना निवारिले.

आणि मग गम्मतच झाली. सकाळी नोकर उठतोय तो शेजारी महाराज

नाहीत आणि आपण मात्र त्यांच्या बिछान्यावर ठाकठीक झोपलेलो आहोत. लाजेने चूर झालेला तो सेवक इतका वरमला, की सांगता सोय नाही. कसाबसा उठला, चालवतच नव्हते त्याला. कारण पायांतली सगळी शक्तीच गेलीय असेच वाटत होते. तो शेकोटीजवळ आला नि महाराजांचे पाय धरून झाल्या गोष्टीची त्याने क्षमा मागितली. रात्रभर शेकोटीजवळ बसावे लागले तरीही उदार नि दयाळू महाराजांनी खरोखरच त्या सेवकाला क्षमा केली नि आपल्या आगळ्या गुणांचा परिचय करून दिला.

कोल्हापूरच्या राजर्षी शाहूमहाराजांची जन्मशताब्दी इ.स. १९७४ मध्ये साजरी झाली. त्यांचा काळ इ.स. १८७४ ते १९२२! त्यांच्याही जीवनातील कितीतरी गोष्टींचा आपणाला उल्लेख करता येईल. त्यांनीही पुण्यश्लोक शाहूमहाराजांप्रमाणे गुणी जनांवर तसेच गरिबांवर अपार प्रेम केले. त्यांच्या खूपच कथा सांगता येतील. पण फार विस्तार होईल म्हणून एक छोटी; पण मार्मिक कथा सांगतो-

एक नोकर राजवाड्यातून साजूक तूप नि उत्तमपैकी तांदूळ हळूच कुणाच्या लक्षात येणार नाही अशा बेताने लाटत असे. काही दिवस हे जमले. पण एके दिवशी लक्षात आलेच. शाहूमहाराजांचे फार सावध लक्ष असे सर्व गोष्टींकडे! हे पाहताच नोकर वरमला... अपराधी भावनेने; पण दीनपणे म्हणाला,

"महाराज, घरी बायको बाळंत आहे, नि त्यातच ती आजारी पडलेली आहे. घरी तर काहीच नाही. अगदी निरुपाय झाला..."

महाराजांचे डोळे भरून आले. दीनांविषयी त्यांना अपार कळवळा वाटे. त्यांनी सुवासिक तांदुळाचे पोते नि तुपाचा डबा त्याच्या घरी पाठवून दिला. असे होते आपले शाहूमहाराज! "जे का रंजले गांजले. त्यांसि म्हणे जो आपुले।।" अगदी ह्या श्री जगद्गुरू तुकोबांच्या वचनाप्रमाणेच ते वागले.

✲✲

राजर्षी शाहू महाराज

स्त्रियांचा महान उद्धारक

आपल्या जगाची निम्मी लोकसंख्या ही स्त्रियांची आहे. पण निम्मा वाटा तर दूरच राहिला, सतत स्त्रियांवर अन्यायच होत आलेला आहे. स्त्रीला सतत दुय्यम स्थान मिळत आलेले आहे. तिला सन्मान, गौरव, अभिनंदन, कौतुक, साधी सहानुभूती हे काही वाट्याला न येता सारखी अवहेलना, अपमान, तुच्छ वागणूक एवढेच वाट्याला येत होते. भारतात, महाराष्ट्रात हीच स्थिती होती. अशावेळी अत्यंत सहानुभूतीने, आपुलकीने ज्या समाजसुधारकांचे स्त्रियांच्या या दुःस्थितीकडे लक्ष गेले नि ती वाईट स्थिती बदलण्याचा ज्यांनी शर्थीने प्रयत्न केला, त्यांत राजर्षी शाहूमहाराजांचा आवर्जून उल्लेख केला पाहिजे.

राजर्षी शाहूमहाराजांनी हे सर्व पाहिले. वाईट वाटले त्यांना! स्त्रियांचं जीवन असं कोंडून टाकता कामा नये. त्यांना शिक्षण मिळाले पाहिजे. त्यांना पुरुषांप्रमाणेच अधिकार मिळाले पाहिजेत. स्त्री ही दासी असता कामा नये. तिलाही वैयक्तिक जीवन आहे. तिलाही भावना आहेत. तिलाही मन आहे. या सगळ्यांचा कोंडमारा होता कामा नये. स्त्रीजीवनातील कारुण्य नष्ट केले पाहिजे, स्त्री ही शोभेची वस्तू न राहता 'एक सजीव व्यक्ती' म्हणून राहावी यासाठी त्यांनी खास स्त्रियांसाठी काही कायदे बनवून त्यांचं जीवन सुसह्य करण्याचा प्रयत्न केला.

विधवाविवाहाच्या कायद्याचा प्रामुख्याने उल्लेख करता येईल. त्या वेळी विधवेचे जीवन अतिभयंकरच होतं. कसलाही मान नाही, समाजात

स्थान नाही. विधवेचं दर्शन म्हणजे अशुभ म्हणे! जन्मभर माजघरात तांदूळ निवडण्याचा प्रसंग आणि अन्य खूप दु:ख! ऐन तारुण्यात पती वारला तर पुढचं जीवन एकाकी आणि दु:खद अवस्थेत काढण्याचा प्रसंग येई. शाहूमहाराजांनी हे जाणलं. त्यांनी विधवांचे जिणे सुसह्य करण्यासाठी विधवाविवाहाचा कायदा संमत केला. पूर्वी विधवांचे जिणे भयाण, एकाकी होते. या कायद्यामुळे जीवनात आशेचा किरण डोकावला. राजमान्यता असल्यामुळे जनमान्यता मिळणे अवघड नव्हते. विशेषत: तरुण वयात विधवा झालेल्या

स्त्रियांचा प्रश्न सुटण्यास खूपच सहाय्य झाले... असे होते कनवाळू शाहूमहाराज!

एकदा महाराजांची बग्गी रस्त्याने जात असता एक मुलगी रडत-रडत बावड्याला निघालेली त्यांनी पाहिली. तिच्या डोक्यावर गोवऱ्यांनी भरलेली पाटी होती. महाराजांनी तिला बोलावून आणले आणि 'का रडतेस?' म्हणून विचारले. मुलगी घाबरली. ती काहीच उत्तर देईना. महाराजांनी तिला धीर दिल्यावर ती बोलकी झाली. "या गोवऱ्या विकून सात पैसे घेऊन ये, असे

सासूने मला सांगितले आहे. लोक सहा पैशाला मागतात. म्हणून मी विकल्या नाहीत. आता सासू मला बोलेल. उपाशी ठेवील.''

महाराजांना त्या मुलीची दया आली. त्यांनी तिच्या हातावर पाच रुपये ठेवले. ती अधिकच घाबरली, रुपये खाली टाकून म्हणाली, ''मला रुपये नगत!'' लगेच गोवऱ्यांची पाटी उचलून परत फिरली. एवढ्यात समोरून एक टांगा आला. महाराजांनी त्या टांगेवाल्याला हुकूम केला. ''या मुलीला तिच्या गावी पोहोचव. तिची शेणाची पाटी टांग्यात घे आणि हे पाच रुपये नेऊन तिच्या सासूला दे.'' टांगेवाल्याने हुकमाची तामिली केली. दुसऱ्या दिवशी सासू महाराजांकडे आली. गयावया करून म्हणाली, ''महाराज! मी यापुढे सुनेला मारणार नाही. एकवार क्षमा करा!''

लाचखाऊ अधिकाऱ्यास वठणीवर आणले.

महाराजांना वाघ पाळण्याचा खूपच नाद. वाघाला मारणारे, त्याची शिकार करणारे खूपजण मिळतील. पण वाघाला पाळून, त्याच्यावर प्रेम करून त्याला माणसाळविणारे थोडेच की नाही! वाघ पाळणारे एक योगी संत चांगदेव नि दुसरे आपले राजर्षी शाहूमहाराज! (या नवीन काळात डॉ. पूर्णपात्रे.) अशा पाळलेल्या वाघाच्या साहाय्याने महाराजांनी दोन उन्मत्त अधिकाऱ्यांना वठणीवर आणले, त्याची कथा मनोरंजकच आहे. सुंदरही आहे.

हा अधिकारी लाच खाण्यात अगदी पटाईत होता, जनतेला त्याने खूप छळले. महाराजांनी एकदा त्याची खोड मोडायचे ठरविले. त्या अधिकाऱ्याशी शाहूमहाराज गप्पा मारीत बसले होते. तेवढ्यात मध्येच उठले नि म्हणाले, ''आलोच हं!'' असं म्हणून गप्पांमधून मधूनच उठून गेले.

आता त्या दिवाणखान्यात दोघेच जण उरले- एक तो अधिकारी आणि महाराजांनी पाळलेला वाघ. दोघेच! ते एकमेकांकडे पाहू लागले. वाघ असा कधी पाहण्याची सवय नाही. झाले, त्या अधिकाऱ्याची पाचावर धारणच बसली. बसल्या जागी चुळबुळ चालू झाली. काही सुचेना. ब्रह्मांड आठवले. त्याबरोबर वाघ लागला गुरगुरायला.

मग काय, आणखीनच चुळबूळ, आणखीनच तारांबळ, असा हा बाका प्रसंग. त्या लाचखाऊ भित्र्या अधिकाऱ्याची भीतीने बोबडीच वळली. तो लटलटा कापू लागला. दातखीळ बसण्याची वेळ आली. भीतीने पांढरा फटफटीत पडला तो! छे, काही खरं नाही; त्या अधिकाऱ्याची ही स्थिती तर तिकडे वाघाने आपली गुरगुण्याची पट्टी आणखीनच वाढवावयास प्रारंभ केला. आता मात्र अधिकाऱ्याची पाचावर धारण बसली. तेवढ्यात शाहूमहाराज परत आले. नि म्हणाले,

"काय हो, दुसऱ्यांना लुबाडण्याची सवय आहे वाटतं आपल्याला? लाचखाऊ, लबाड लोकांची भयंकर चीड आहे आमच्या वाघाला! तो केवळ त्यांच्यावरच गुरगुरतो."

काकुळतीला येऊन अधिकारी म्हणाला, "चुकलो महाराज, मला वाचवा. आजपासून मी लाच खाणार नाही, लबाडी करणार नाही. आईची आण! वाचवा, मला वाचवा..."

शक्ती नि युक्ती दोन्हीही महाराजांच्या ठिकाणी निवसत होत्या.

महारोग्यांच्या जीवनात आनंद फुलविणारा राजा.

कुष्ठरोग म्हणजेच महारोग. खरोखरच एक भयंकर रोग. त्याची कल्पनाच सहन होत नाही. आता आता खूप औषधे निघाली, खूप सोयी निघाल्या, आश्रम निघाले, आणि या रोगाला खूपसे आटोक्यात आणण्यात थोडेफार यशही मिळू लागले.

या रोगाची भयानकता कमी करण्यात शास्त्रज्ञांना, डॉक्टरांना काहीसे यश आले तर समाजसेवकांनी वेगवेगळ्या ठिकाणी आश्रम काढून कुष्ठरोग्यांच्या पुनर्वसनाची, बरे होण्याची, समाजात सन्मानाने आणि स्वावलंबनाने रहाण्याची चांगलीच सोय केलेली आहे. डॉ. श्री. शिवाजीराव पटवर्धन, श्री. बाबा आमटे, अनंतराव चाफेकर, इंदुमती पटवर्धन, दामोदर बापट इ. नावे प्रसिद्ध आहेत.

पण एके काळी या रोगाचे स्वरूप फार भयंकर होते. या रोगाला बळी पडणाऱ्या व्यक्तींना समाज सहानुभूतीने वागवीत नसे. खुद्द नातेवाईक नीट

वागणूक देत नसत. बाकीचा समाज तर दूर दूरच राही. हिडीसफिडीस करी.

अशा कुष्ठरोग्यांकडे अत्यंत आपुलकीने पाहणारे शाहूमहाराज किती श्रेष्ठ असतील, याची कल्पना करावी.

त्या वेळी शाहूराजांचे वय एकवीस म्हणजे तसे ते लहानच होते. पण मनाने फार मोठे होते. शिरोळच्या दौऱ्यात असताना महाराज प्रख्यात तीर्थक्षेत्र श्री नृसिंहवाडी येथे आले.

तेथे त्यांना, भूक शमविण्यासाठी जमा झालेल्या कुष्ठरोगी भिक्षेकऱ्यांच्या झुंडीच्या झुंडी दिसल्या. एखाद्याने मानच वळवली असती, तिरस्कार केला असता; पण ते महाराज होते. त्यांचे मन द्रवले, मृदू झाले, विरघळले. या लोकांची एक वसाहत स्थापली पाहिजे, असा विचार त्यांच्या मनात त्वरित आला.

पुढे एक-दोन वर्षांतच म्हणजे २२ जून १८९७ या दिनी 'लेपर असायलम' (कुष्ठरोग वसाहत) स्थापून हा विचार त्यांनी प्रत्यक्षात आणला. मानवतेच्या दृष्टिकोनातून महारोग्यांची वसाहत वसविणारा भारतातील हा 'पहिला महाराजा' होय.

शिक्षणप्रसारासाठी अतोनात धडपड

शिक्षणप्रसारासाठी महाराज अत्यंत तळमळत होते. माझी जनता शिकेल कशी आणि त्यासाठी मी काय काय करू, असे महाराजांना झालेले होते. गरिबी आणि जात ह्या गोष्टी शिक्षणाच्या आड मुळीच येता कामा नयेत, असा महाराजांचा दृष्टिकोन होता. त्यादृष्टीने त्यांची अखंड धडपड चालू होती. अर्थात आपले शाहूराजे हे जनतेचे राजे होते. कुणीही सामान्य मनुष्य त्यांच्याजवळ जाऊ शकत होता. हेच तर महाराजांचे महान वैशिष्ट्य. आता हे उदाहरणच पाहा ना-

तांबवेकर आणि वाघमारे ही दोन मुलं शिक्षणासाठी अत्यंत आतुर झालेली होती. तांबवेकर हा मराठा विद्यार्थी नि वाघमारे हा दलित. त्यांच्या घरी अतिशय दारिद्र्य होते. त्यामुळे शिक्षणाची इच्छा मनातल्या मनातच मारून टाकावी लागत होती आणि याची त्या मुलांना अतिशय खंत लागलेली

होती. शेवटी न राहवून ही मुलं कोल्हापूरला आली आणि थेट महाराजांनाच गाठायचे असे त्यांनी ठरवले. मोठच धाडस त्यांचं. महाराजांचे खडखडी हे वाहन पुढे दौडतंय आणि मागून घामाघूम झालेली, धापा टाकीत ही मुलांची जोडी दौडतीय, असे ते दृश्य. खासबाग ते सोनतळी असेच चालू होते. महाराजांच्या ते लक्षात आले. महाराजांना कधी श्रीमंतीचा, राजैश्वर्याचा माज नव्हता. महाराजांनी आपुलकीने त्या मुलांना जवळ बोलाविले. अर्थात तरीही तो राजाच. मुलं भीतभीत जवळ आली आणि सांगू लागली,

"महाराज आम्हाला शिकायचे आहे. पण घरची फार गरिबी आहे. तेव्हा शिक्षण घेता येत नाही. तेव्हा कृपा करून आमची जेवणाची सोय करावी, ही नम्र विनंती आहे, मग आम्हाला शिकता येईल."

महाराजांना खूप वाईट वाटले. त्यांनी त्वरित त्या मुलांची अडचण सोडविली. स्वतःच्या स्वयंपाकघरात त्यांची भोजनाची व्यवस्था लावली. केवढं थोर अंतःकरण हे!

महाराज इथेच थांबले नाहीत. तर पुण्याला अशा प्रकारचे भोजनयुक्त वसतिगृह आहे, हे कळल्यावर ते मुद्दाम पुण्याला आले. त्यांनी ते वसतिगृह पाहिले नि त्या धर्तीवर त्यांनी कोल्हापुरात वसतिगृहाचा यशस्वी उपक्रम केला. शेकडो विद्यार्थ्यांचा शिक्षणाचा प्रश्न सुटला की, महाराजांचे अंतःकरण हे 'दाई' सारखे नव्हते तर आईसारखे होत, हेच यावरून लक्षात येते.

अपार सहानुभूती, अपार साहाय्य

आस्था, आपुलकी, प्रेम, दुसऱ्याच्या साहाय्याला धावून जाणे हा महाराजांचा स्वभावच होता. गुणग्राहकता तर त्यांच्या रक्तातच भिनली होती. यामुळेच महाराष्ट्राला एका फार मोठ्या व्यक्तित्त्वाची प्राप्ती झाली, हे अनेकांना माहीतही नसेल.

नारायण राजहंस हे त्या मुलाचे नाव. पंधरा-सोळा वर्षांच्या या मुलास कुत्रा चावला. घरची परिस्थिती बिकट. अशा स्थितीत आपल्या आजोबांकडे श्री. अप्पाशास्त्री बेलेकर यांच्याकडे करवीरला नारायणाचे आगमन झाले. एके दिवशी छत्रपती शाहूमहाराजांच्या दर्शनाचा लाभ नारायणास झाला.

नारायणाचे मधुर गाणे महाराजांनी ऐकले मात्र, महाराज अत्यंत प्रसन्न झाले. गुणी जनांची कदर करणारे महाराज... तसेच त्यांचे सर्वत्र चौफेर लक्ष असे. नारायणाला जरा कमी ऐकू येते, असा त्यांना संशय आला. नारायणही म्हणाला, "होय महाराज, माझा उजवा कान फुटल्यामुळे मला त्या कानाने नीट ऐकू येत नाही."

नारायणासारखा होतकरू, गानकुशल आणि देखणा मुलगा कानाने अधू असावा, हे पाहून महाराजांना फार वाईट वाटले. त्यांनी मिरजेच्या रुग्णालयात त्याच्या कानावर उपचार करण्याची व्यवस्था केली.

"या मुलाची उत्तम व्यवस्था ठेवा" असे सांगितले. या व्यंगामुळेच नारायण मागे पडत होता... असा गुणी मुलगा मुळीच मागे पडता कामा नये. नारायणाच्या कानांवर केलेले उपचार यशस्वी झाले. प्रगतीचा मार्ग मोकळा झाला आणि महाराष्ट्राला एक सर्वश्रेष्ठ नट मिळाला, बालगंधर्व. नारायण राजहंस ह्या मुलाचा 'बालगंधर्व' झाला. अमर झाला. महाराज, आपण फारच मोठे कार्य केलेत.

साधी राहाणी उच्च विचारसरणी

आजच्या पुढाऱ्यांच्या अगदी उलट शाहूमहाराजांचे वर्तन असे. साधी राहाणी-उच्च विचारसरणी हे ते वर्तन असे. खरोखरीच असे आदर्श दुर्मिळ होत. पायघोळ अंगरखा, साधी तुमान, भगवा फेटा असा त्यांचा वेष असे. राजधानीत हिंडताना ते क्वचितच मोटारीतून हिंडत असत. त्यासाठी ते घोड्याचा खटारा वापरीत.

घरी अमाप संपत्ती! प्रतिदिनी पक्वान्ने आहारात ठेवली असती तरी काही बिघडले नसते. पण मग ते राजर्षी शाहूमहाराज राहिले नसते. इतर सर्वसामान्य संस्थानिकांसारखे बनले असते. भाकरी आणि हरभऱ्याच्या डाळीचे पिठले हा त्यांचा आवडता आहार असे. तोंडी लावायला थोडी लसणाची चटणी असली की मग उत्तमच! झाले खमंग जेवण! मधून-मधून ते मांसाहार करीत; पण मद्याला त्यांनी कधीही स्पर्श केला नाही. इंग्लंडच्या मोहमय वातावरणात राहूनही तेथे कधी मद्याला स्पर्श केला नाही. उलट अनेकांना

त्यांनी मद्य सोडायला लावले.

श्री. ग. कृ. कदम आणि श्री. द. य. कुरणे यांनी एक सुंदर आठवण नोंदविलेली आहे. एकदा प्लेग कँपची व्यवस्था पाहण्यासाठी ते निघाले होते. वाटेत एका शेतकऱ्याने त्यांना पाहिले. त्याने एकदम हात वर करून म्हटले, "महाराज, गाजरे आणलेली आहेत." महाराज लगेच गाडीतून खाली उतरले. मोठ्या प्रेमभराने ती गाजरे खाल्ली. असे होते आपले महाराज.

प्लेग कँपमध्ये ते झाडाखाली पारावर बसलेले असताना एकाने त्यांना अशीच प्रेमाने डांगर भाकरी आणून दिली. जनतेचा राजा असलेल्या महाराजांनी ती यथेच्छ खाल्ली. बिचारे डॉक्टर महाराजांकडे बघतच राहिले. महाराजांच्या प्रकृतींची त्यांना अतीव काळजी वाटत होती. पण शाहूमहाराज उदगारले. "डॉक्टरसाहेब, विचार करा, प्रवासात मी शेतकऱ्यांच्या शेताजवळून जाणार आहे. ते मला प्रेमाने गाजर, डांगर, भाकरी आणून देणार, या सगळ्यांचा मी अव्हेर कसा करू. त्यांच्या भावनांचा मला समादर केलाच पाहिजे. ही निष्कपट प्रेमाची भेट आहे म्हणून तिचा स्वीकार केला. आता येथे मेजवानीत मंडळींच्या समाधानासाठी मी दोन घास खाणार आहे. गोरगरिबांवर जुलूम होऊन झालेल्या मेजवानीपेक्षा शेतकऱ्यांची गाजर, डांगर-भाकरी चांगली. चमचमीत बिर्याणीपेक्षा शेतातली ताजी फळफळावळ कधीही चांगली नाही का?

शाहूमहाराज आणि डॉ. बाबासाहेब आंबेडकर

भीमराव रामजी आंबेडकर नावाचा एक मुलगा परळच्या छोट्या खोलीत राहून मनापासून अभ्यास करतोय. त्याची जिद्द मात्र आकाशाला गवसणी घालणारी होती. हे महाराजांनी ऐकले नि भीमरावचे कौतुक करण्यासाठी ते त्याच्या खोलीवर गेले.

एवढा मोठा राजा आपल्या घरी, मॅट्रिकच्या यशाचे कौतुक करण्यासाठी आला याचे छोट्या भीमराव आंबेडकरांना किती कौतुक वाटले असेल नाही! त्यांचा जीवनातील उत्साह निश्चितच वाढला असणार, आत्मविश्वास कितीतरी

वृद्धिंगत झाला असेल!

भीमरावांना इंग्लंडला पाठविण्यात शाहूमहारांजांचासुद्धा वाटा होताच. भीमराव आंबेडकर बॅरिस्टर होऊन आले, याचा महाराजांना फार आनंद झाला. त्या वर्षी माणगाव येथे भरलेल्या अस्पृश्यांच्या परिषदेत शाहूमहाराजांनी डॉ. आंबेडकरांचा मुक्तपणे गौरव केला.

शाहूमहाराजांना खुर्चीची, मानाची चटक कधीच नव्हती. त्यांच्या दृष्टीने कार्य हे प्रधान होते, पद हे गौण होते आणि म्हणूनच, इतके दिवस महाराज अस्पृश्य परिषदेचे अध्यक्ष असत. कारण तोवर बहुधा ते अध्यक्षपदाची सूत्रे कोणास द्यावी याचा विचार करीत असतील! आता डॉ. बाबासाहेब यांच्यासारखे सुयोग्य नेतृत्व मिळाले, याचा महाराजांना फार आनंद झाला.

त्यांना पदाचा मोह कधीच नव्हता. त्या भाषणात ते म्हणाले - "आजपासून मी तुमचा पुढारी नाही. आंबेडकर हे तुमचे नेते." आणि श्री. दि. द. पाटील म्हणतात त्याप्रमाणे, "खरोखर भारतीय घटनेचे शिल्पकार बनून डॉ. आंबेडकरांनी महाराजांचे हे भाकीत अक्षरश: खरे केले."

श्री. ए. के. घोरपडे म्हणतात, "१९२० ची ही माणगावची अस्पृश्य परिषद! परिषद संपल्यावर डॉ. बाबासाहेब आंबेडकरांना घेऊन महाराज त्या पंक्तीत जेवले."

मोठीच युक्ती

कांबळे नामक एक हरिजन बंधू. दारिद्र्याने अगदी बेजार झालेला. काही सुचेना, बरोबरच आहे दारिद्र्यात मोठ्याच यातना असतात. बिचारा त्या साऱ्या आपत्ती सहन करीत होता. मार्ग सापडेना, धडपड चालू होती. तसा तो अत्यंत हुशार नि हरहुन्नरी तसाच धडपड्यासुद्धा. पण तरीही काही जमेना, एवढ्यात संकटरूपी समुद्रात गटांगळ्या खाणाऱ्या त्याला शाहूमहाराजरूपी नौका दिसली आणि नौकेनेही त्याला वर उचलून घेतले. कांबळेला दिलास मिळाला, धीर आला. आत्मविश्वास प्राप्त झाला.

शाहूमहाराजांना कांबळेची स्थिती बघून खूप खूप वाईट वाटले. पण त्यांच्या लक्षात आली त्याची हुशारीही! या होतकरू तरुणाला धंद्याला

लावून द्यायचे, असे त्यांनी ठरविले नि प्रमुख रस्त्यावर त्याला एक उपाहारगृह काढून दिले. पोटा-पाण्याचा प्रश्न सुटणार; पण एक मोठीच पंचाईत आली. आता हरिजनाच्या हॉटेलात जाऊन कोण चहा पिणार? दिवसच्या दिवस जाऊ लागले नि विक्री तर काहीच होईना.

सूक्ष्मदर्शी शाहूमहाराजांच्या ही गोष्ट लक्षात आली, ते उद्गारले, "ठीक आहे, आज संध्याकाळी मोर्चा त्याच्या हॉटेलच्या दिशेने." त्यांची गाडी सायंकाळी कांबळेच्या उपहारगृहासमोर येऊन उभी राहिली. अर्थात "राजा आला, राजा आला" म्हणून ही मोठी गर्दी झाली. उत्सुकता खूपच, कशाला बरे महाराज आले असतील?

महाराज हॉटेलात आले नि म्हणाले, "कांबळे, चांगला फर्स्टक्लासपैकी चहा बनव बरं! चहाची तल्लफ भागली पाहिजे."

"होय महाराज, बसावं आपण. लगेच करून देतो." महाराज मुद्दाम बाहेरच्या बाजूस बसले. तिथून ते सर्वांना दिसत होते आणि मग कांबळेने आणलेला चहा घोट-घोट अगदी चवी-चवीने घेऊ लागले.

झाले, मात्रा लागू पडली. प्रत्यक्ष महाराज या हॉटेलात जातात, तर मग आपणास जावयास काय हरकत आहे, ह्या विचाराने हॉटेलातील गर्दी हळूहळू वाढू लागली. कांबळे यांचे उपाहारगृह झकास चालू लागले.

असा होता आपला राजा, त्याच्यासारखा तोच!

संस्कृतविषयी प्रेम

महाराज इंग्लंडच्या दौऱ्यावर असताना ऑक्सफर्ड विद्यापीठास भेट द्यावयास गेले. तेथील प्राचार्यांनी त्यांचे जोरदार स्वागत केले नि स्वागताचे भाषण मुद्दाम लॅटिन भाषेत केले.

महाराज मनात म्हणाले, "अस्सं काय. लॅटिनमधून बोलून हा माझ्यावर, माझ्या लोकांवर छाप मारू इच्छितोय काय? मग आम्हीही काही कमी नाही! तुझी लॅटिन तर आमची देववाणी संस्कृत! आम्ही मराठी / भारतीय माणसे अशी हार जाणार नाही." महाराज उत्तरादाखल भाषण करण्यासाठी उठले नि चक्क त्यांनी संस्कृतमध्ये भाषण करून सर्वांना चकित केले. आज संस्कृतची

स्थिती मोठी चमत्कारिक झालेली आहे; पण महाराज संस्कृतचे महत्त्व चांगले जाणत होते. धन्य त्यांची! त्यांच्या संस्कृतप्रेमाची!

फासेपारधी ही दुर्दैवाने अत्यंत मागासलेली जात. धड जीवन नाही, धड जेवण नाही, जीवनात स्थैर्य नाही. शिक्षण-संस्कृती यांचा स्पर्श नाही. अज्ञान, अस्वच्छता, अनारोग्य, निरक्षरता यांनी नुसते थैमान घातलेले. जणू ते जीवनच नव्हते. त्यात आनंद नव्हता. समाधान नव्हते... अगदी नीरस पद्धतीचे जीवन! पण शाहूमहाराजांचं लक्ष गेलं आणि जीवनातील अंधार संपू लागला. सूर्योदय होऊ लागला. त्यांचं जीवनमान सुधारू लागलं. कित्येकांना नोकऱ्या मिळाल्या. काहींना त्यांनी आपले शरीररक्षक नेमले.

फासेपारध्यांचं महाराजांवर अतिशय प्रेम. एके दिवशी महाराजांचा रथ चालला होता. एवढ्यात एक फासेपारधी वाटेत येऊन उभा राहिला. दुसरा कोणी माथेफिरू राजा असता तर त्याला वाटेल ते टाकून बोलला असता किंवा कदाचित तसाच पुढे गेला असता; पण आपले महाराज तसे नव्हते हं. त्यांनी ताबडतोब रथ थांबविला. फासेपारधी पुढे आला नि म्हणाला, ''राजा, तुझ्यासाठी ह्यो ससा आणलाय.'' महाराजांना फार-फार कौतुक वाटलं, त्यांनी प्रेमानं सशाचा स्वीकार केला आणि त्या फासेपारध्याला दुसऱ्या दिवशी राजवाड्यावर बोलविलं.

दुसऱ्या दिवशी त्या सशाची स्वयंपाकघरात रवानगी झाली. जेवणाची पंगत बसली. एक खाशांची आणि दुसरी सामान्यांची म्हणजे खर्च्यांची!

एवढ्यात एक हुजऱ्या आला आणि म्हणाला, ''महाराज, कालचा तो फासेपारधी आलेला आहे. त्यांचं पान कुठं मांडू? खाशात की खर्च्यांत?'' महाराज एकदम रागावून म्हणाले, ''मूर्खा, त्याचा ससा खातोय नि म्हणे पान कुठे मांडू? खाशात की खर्च्यांत? त्याचं पान माझ्याशेजारी मांडा!''

सामान्यांवरही प्रेम करणारे शाहूमहाराजांसारखे शाहूमहाराज हं!

जे मागे पडले त्यांना पुढे आणू?

डोंबारी ही अत्यंत उपेक्षित, गरीब आणि भटकी जमात. एका गावी स्थिर नाही त्यामुळे कसलं जीवन, कसलं घर, कसली शेती नि कसलं

आलंय शिक्षण! एका दृष्टीनं त्यांचं जिणं हालातच चाललेलं. कोलांट्या उड्या मारणे, तारेवरची कसरत नि अशाच प्रकारे लोकांचं मनोरंजन करून कसंबसं जीवन घालविणे, हाच त्यांचा उद्योग. कोणी पैसा द्यावा. कोणी भाकरतुकडा... एवढ्यावर गडी खूष. उघडीबोडकी मुलं, उन्हाने रापलेले चेहेरे, पुन्हा त्या चेहऱ्यांवर दैन्याचा शिक्का, कमरेला लक्तराच्या गाठी, डोक्यावर केसांच्या बटा, आणि राहायचं कुठं तर गावाबाहेर माळावर ठोकलेल्या पालांमध्ये आणि तेही क्षणभंगुरच आणि त्यांच्या कारभारणी कशा? तर फाटलेली लुगडी, चिरगुटं, उवालिखांनी माखलेले केस, त्यांना कधी तेलाचा स्पर्श नाही, डोकी कराकरा खाजवायची... ते वर्णनच करवत नाही. आणि उरलंसुरलं शिळपाकं मागत हिंडायचं.

महाराजांनी हे पाहिलं नि त्यांचं अंत:करण कळवळलं. या लोकांची स्थिती सुधारलीच पाहिजे. त्यांचा भटकेपणा बंद झाला पाहिजे. भटकेपणा सोडायला सांगणे म्हणजे त्यांच्या पोटा-पाण्याची व्यवस्था आपण लावली पाहिजे, हे महाराज ओळखून होते. त्यांनी त्यांना घरे, उद्योग देण्याचा प्रयत्न केला; पण डोंबाऱ्यांना काही ते जमेना. तरीही महाराज त्यांच्यावर रागावले नाहीत. आपल्या अधिकाऱ्यांना त्यांनी सांगितले, "डोंबारी लोकांशी गोडीगुलाबीने वागा. त्यांच्या कामाचा त्यांना भरपूर मोबदला द्या." स्वत:च्या खर्चाने त्यांना घरे बांधून दिली... त्यांच्या पोटा-पाण्याचा प्रश्न सोडविला. त्यांच्या वसाहतीत शाळा काढल्या. शिकलेल्यांना मानसन्मानाच्या जागा द्याव्यात अशी आज्ञा काढली आणि शेकडो वर्षे हीन जीवन जगणारे डोंबारी आज कोल्हापुरातील विद्यानगरच्या जवळ सुखाने जगत आहेत. ते सरकारी नोकऱ्यात आहेत, औद्योगिक क्षेत्रात आहेत. विकासाच्या सर्व वाटा त्यांच्यासाठी मोकळ्या झाल्या आहेत. भीक मागणे आणि लाचारी हे सगळं संपलं. स्वाभिमान आणि स्वावलंबन ह्यांमुळे जीवनात आनंद आलेला आहे. जीवनाविषयी आपुलकी, प्रेम, वाटू लागले आहे. ही सगळी राजर्षींची किमया!

**

ऐतिहासिक विनोद कथा

शिवाजीमहाराजांनी प्रचंड अद्वितीय साहस करून शाइस्तेखानावर छापा घातला. इतिहासातली मोठी अपूर्व घटना घडली. शिवाजीमहाराज महापराक्रमी होते, अप्रतिम योद्धे होते. विचारी, समंजस, विवेकी, सततोद्योगी होते, भीषण संकटांवर मात करणारे होते. पण अशा त्यांच्या जीवनात 'विनोदा'लाही स्थान होतं ही किती आश्चर्याची, आनंदाची नि अभिमानाची गोष्ट आहे.

अवघ्या दोनशे लोकांनिशी चैत्र शुद्ध अष्टमी (५ एप्रिल १६६३) रोजी

मध्यरात्री लाल महालात महाराजांनी शाइस्तेखानावर जबरदस्त हल्ला केला. खानाची पार दैना उडाली. अंधार मिट्ट होता. महाराजांनी घाव बरोबर घातला होता. पण भयंकर काळोखामुळे खानाचे बोटावर निभावले. अन्यथा मृत्यूच समोर साक्षात उभा होता. महाराजांची तर कल्पना होती की खान ठारच झाला म्हणून. महाराज लाल महालातून प्रथम सिंहगडावर पोहोचले नि तेथून राजगडी आले. दुपारच्या दोन प्रहरी पुण्याची पक्की वार्ता गुप्तहेरांनी आणली आणि महाराजांस रूजू केली की,

"शास्ताखानाची तीन बोटे तुटोन गेली. उजवा हात थोटा जाहाला. वरकडही कित्येक लोक गेले. नबाब दहशत खाऊन दिल्लीस पळोन चालिला आहे!"

ही खबर ऐकून महाराजांस जरा वाईटच वाटले. खान मेला नाहीच तर एकूण! पण झालेला प्रकारही काही कमी किमतीचा नव्हता. मग महाराज बहुत बहुत खुशाल जाले आणि मातु:श्री जिजाबाईसाहेबांना म्हणाले की, "फत्ते होऊन आलो! शास्ताखानास शास्त केली. पातशाहाने 'शास्ता' असे नाव ठेविले, परंतु नाव यथार्थ ठेविले नाही! ते नाव आपण शास्त करून रूजू केले!'

महाराजांनी कमालीच्या विनोदबुद्धीने शास्त (म्हणजे शिक्षा) शब्दावर श्लेष केला.

**